Chuyện Đời Tôi

CHUYỆN ĐỜI TÔI

ĐẶNG THỊ TÂM WEI

NGƯỜI VIỆT BOOKS

CHUYỆN ĐỜI TÔI
Tác giả ĐẶNG THỊ TÂM WEI
Người Việt Books xuất bản lần thứ nhất tại Hoa Kỳ, 2017
Bìa và trình bày: NGUDIHI
ISBN-13: 978-1981513949
© Tác giả và Người Việt Books giữ bản quyền

Mục Lục

Đôi Lời Của Tác Giả		IX
Ảnh		XIII
I.	Thời Thơ Ấu	1
II.	Gia Đình Tôi	9
III.	Thời Học Trò Lúc Còn Nhỏ	43
IV.	Nho Lâm, Quê Làng Tôi	53
V.	Người Chồng Đầu Tiên Của Tôi: Bác Sĩ Nguyễn Tài Chất	57
VI.	Cuộc Sống Của Tôi Sau Năm 1946	69
VII.	Geneve, Thụy Sỹ	83
VIII.	Hành Trình Đến Mỹ Của Tôi	105
IX.	Chồng Tôi, TS. Lun-Shin Wei	111
X.	Các Con	147
XI.	Giáo Dục & Sự Nghiệp	167
XII.	Những Cuộc Du Ngoạn Của Chúng Tôi	183
XIII.	Chuyển Chỗ Ở	213
XIV.	Hồi Tưởng	219
XV.	Chương Viết Thêm	225
Trang Ảnh Kỷ Niệm		

Đôi Lời Của Tác Giả

Nhiều năm trước tôi đã có ý định viết cuốn sách về đời mình để các con tôi biết được gốc tích của chúng, nhưng tôi không đủ can đảm để bắt đầu. Tôi đã gom góp hàng chục thùng tài liệu, trải qua nhiều năm, các thùng đã bám đầy bụi bặm.

Ninh Bình, Việt Nam

Gần đây có một sinh viên ở Đại học Illinois, anh Adam Rosemary, đến đề nghị giúp tôi. Từ đó chúng tôi bắt đầu công việc, mỗi tuần một lần, trong một tiếng đồng hồ, chúng tôi chỉ nói chuyện. Ký ức trở lại và tôi bắt đầu viết.

Tôi hết sức cảm tạ Adam, vì nếu không có sự khuyến khích của anh ta thì cuốn sách này sẽ không bao giờ hoàn thành.

Chồng tôi là người Đài Loan, và tôi là người Việt Nam. Chúng tôi đến thành phố vùng Trung Mỹ này - Urbana, Illinois, vào những năm 1950 để theo học cấp Cao học. Chúng tôi đã ở đây cho đến ngày hôm nay.

Các con của chúng tôi được sinh ra và trưởng thành trong thành phố xinh đẹp này. Gia đình chúng tôi bắt đầu chỉ có hai chúng tôi, nay đã phát triển thành hơn hai tá, kể cả tám cháu và mười chắt.

Tôi mong rằng *"Chuyện Đời Tôi"* sẽ giúp con cháu tôi hiểu biết hơn về nguồn gốc của chúng, về di sản văn hóa của cha mẹ và ông bà để lại

Tôi hết lòng cảm tạ các bạn hữu cũng như những người trong họ hàng đã hết sức giúp chúng tôi hoàn thành cuốn sách này, đặc biệt là những người sau đây:

- Con trai tôi, Max, đã đánh lại bản in lần đầu cho tươm tất hơn.

- Bạn Charmaine Young đã góp ý.

- Cháu Christopher đã phân đoạn và quy định khổ sách, chữa thêm những lỗi văn phạm, thêm vào những hình ảnh và những chú thích giúp cho cuốn sách có vẻ chuyên nghiệp và hoàn hảo hơn.

- Sau cùng là các con cháu tôi, luôn luôn sẵn sàng khuyến khích để tôi có thể tiếp tục công việc.

Riêng về cuốn sách bằng tiếng Việt, tôi xin hết lòng cảm tạ những bà con và bạn hữu đã giúp tôi trong việc này:

- Cháu Đặng Văn Can và bạn Nguyễn Văn Mừng đã tận tâm dịch ra tiếng Việt.

- Hai cô Tô Thị Tuyết và Nguyễn Thị Mai đã hết lòng đọc kỹ lại và cho thêm ý kiến.

- Nhất là hai cháu Hạ Thị Út và Nguyễn Văn Bát đã đánh máy tiếng Việt hộ cho tôi.

Tôi biết rằng nếu không có những giúp đỡ đó, tôi khó lòng hoàn thành công việc này, và tôi hết lòng cảm tạ những người giúp tôi bằng cách này hay cách khác.

Tôi cũng muốn cám ơn thầy dạy tôi, giáo sư Jean Plaget, người mà tôi đã học ở Đại học Geneva, Thụy Sĩ. Ông dạy tôi hiểu biết hơn về bản năng con người và mở lòng mình ra cho thêm uyển chuyển cũng như biết phán đoán người khác một cách rộng rãi hơn. Ông là nguồn sáng hướng dẫn tôi trong nghề nghiệp giáo dục của tôi.

Sau hết tôi muốn tặng cuốn sách *"Chuyện Đời Tôi"* cho:

- Thầy Mẹ tôi, những người luôn là ánh sáng dẫn dắt tôi.

- Anh Việt và Dung em gái tôi, hai người còn sống sót trong gia đình tôi. (Hai người này đã viết về gia đình họ Đặng ở Việt Nam.)

Và đặc biệt là các con tôi - Mike, Max, Manuel và Aline cùng gia đình chúng. Các con tôi luôn khuyến khích tôi trong kế hoạch này và đã hết lòng thương yêu tôi.

ĐẶNG THỊ TÂM WEI
Urbana, Illinois
Mùa Xuân 2017

Bản đồ Việt Nam

Wei và Tâm – San Francisco 2002

Ninh Bình, Việt Nam

Tâm 1946 (năm 20 tuổi)

*Tâm đang nghe diễn văn trong buổi tiệc bất ngờ dành cho Tâm
và Lun-Shin Kỷ niệm 50 Năm Ngày Cưới, Illinois 2005.
(Ảnh: Storch Photography)*

*Tâm và cháu Christopher đang chỉnh sửa sách,
Kill Devil Hills, North Carolina tháng 7, 2015*

Cung Đình Huế

I. Thời Thơ Ấu

Những Ngày Tháng Sống Bên Thầy Mợ và Các Anh Chị Ở Huế và Nho Lâm

Ngày sinh chính thức của tôi là mồng 2 tháng Giêng năm 1926[1]. Tôi sinh ở Nghệ An, Việt Nam, là con thứ bảy trong gia đình có tám người con. Tôi có ba người anh, ba người chị và một em gái sinh sau tôi bảy năm.

1- Bởi vì có sự cố giấy tờ, rất có thể tôi sinh vào năm 1927.

Huế

Thời trước, Huế là thủ đô của Việt Nam. Ngày xưa, hai chị em Trưng Trắc và Trưng Nhị khởi nghĩa chống lại đô hộ của Trung Hoa để giành độc lập cho đất nước. Không may nền độc lập đó chỉ tồn tại một thời gian ngắn trước khi bị quân xâm lược Trung Hoa đánh bại. Mặc dù vậy, sự dũng cảm của hai Bà không bao giờ bị lãng quên. Cho đến ngày nay, hằng năm vẫn có lễ kỷ niệm để tưởng nhớ đến hai Bà. Khi tôi còn là nữ sinh, hai cô gái đẹp trong trường trung học của chúng tôi được chọn để đóng vai hai Bà: hai cô cưỡi trên hai con voi được trang trí rất đẹp và diễn hành qua đường phố. Tôi nhớ là tôi được chọn làm người cầm lá cờ lớn trong cuộc diễn hành.

Phần lớn thời thơ ấu tôi sống ở Huế, một thành phố rất lãng mạn - nơi tôi đã trải qua tình yêu đầu tiên; một tình yêu mơ mộng, rất ngây thơ với anh Trác, một người bạn của anh tôi. Tôi chưa biết tình yêu là gì, tôi chỉ biết yêu tiếng huýt sáo rất hay và những bức thư lãng mạn của anh ấy. Nhưng khi cha mẹ tôi chuyển khỏi Huế, mối tình này trở thành mộng tưởng.

Nhà Vua sống trong cung cấm. Thầy tôi là một vị quan dưới triều nhà Vua. Nhà của chúng tôi nằm trong thành nội, gần cung điện nhà Vua.

Huế là một thành phố mưa nhiều. Mưa liên tục nhiều ngày. Tí tách, tiếng giọt nước rớt không ngừng trên những tàu lá chuối trong vườn. Giọt mưa rơi có thể không làm người lớn xúc cảm, nhưng đối với tôi, một cô bé đầy trí tưởng tượng, cảm thấy như đang nghe tiếng người trò chuyện với nhau. Tùy theo tâm trạng, tôi có thể nghe họ nói với nhau những chuyện kỳ lạ hoặc vui cười, hoặc sợ hãi. Sáu mươi năm qua rồi, tôi hãy còn nghe thấy tiếng tí tách của giọt mưa trên tàu lá chuối.

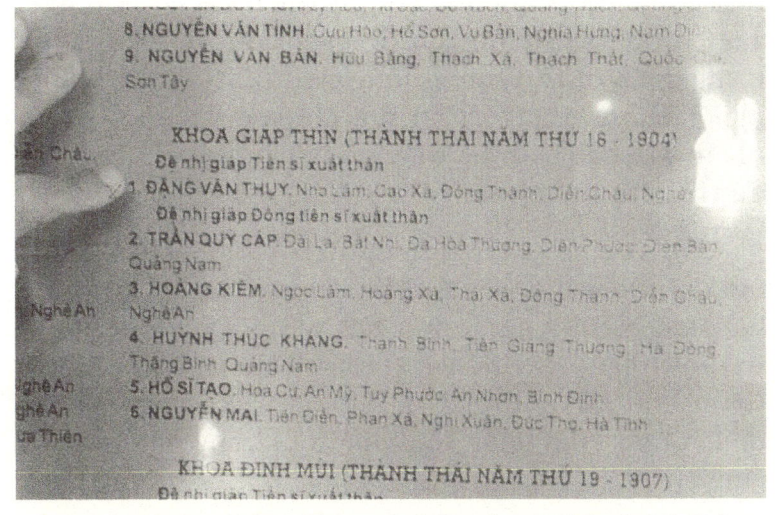

Tên ông nội, Đặng Văn Thụy trên bảng ghi tên ở Quốc Tử Giám khi ông đỗ Hoàng Giáp, khoa Giáp Thìn 1904

Cây đa trước nhà

Căn nhà của chúng tôi là một nơi rất đặc biệt đối với tôi. Nhà có một cây đa to ở trước sân và nhiều bụi chuối ở vườn sau. Dưới cây cổ thụ là một cái ao xinh xắn, cha tôi trang trí một hòn non bộ và vài căn nhà nhỏ có người trong đó. Tôi rất thích cái ao nhỏ này. Tôi có thể ngồi hằng giờ để ngắm núi non và người trong đó. Với trí tưởng tượng của tôi, tôi thấy những người tí hon đang đi lại nói chuyện và nô đùa với nhau. Tôi cũng có thể thấy họ leo lên cây đa và đánh đu trên các nhánh rễ.

Tôi còn nhớ tôi thường đến vườn "Tĩnh Tâm" nơi có nhiều hoa sen nở đầy trong hồ. Tôi thích ăn hạt sen. Nhưng muốn bứt hạt sen, tôi phải đu mình từ một nhánh cây để với tới hoa sen. Bạn hãy tưởng tượng con gái một nhà gia giáo từ cành cây cố với tay để hái hoa. May mắn thay mẹ tôi không bao giờ biết chuyện đó.

Đường ở trước nhà là sân chơi của chúng tôi. Chúng tôi họp lại để chơi lò cò, nhảy dây hoặc chơi trốn tìm - trong khi nhóm con trai chơi đá bóng hoặc chơi bi. Khi trời mưa, vì những bức tường bao quanh ở trong thành làm chậm dòng nước thoát ra ngoài, cho nên nước tràn ngập khắp nơi. Chúng tôi thích chơi trong nước ngập, mặc dù chúng tôi biết chắc chắn rằng nước rất bẩn. Chúng tôi phải trốn mẹ để chơi trong nước lụt. Thử tưởng tượng mẹ tôi nghĩ thế nào khi thấy chúng tôi với quần áo ướt sũng và đầu tóc đầy bùn?

Cha chúng tôi có một chiếc xuồng cũ, không thể dùng trên sông nhưng rất thích hợp khi đi lướt quanh thành phố. Anh tôi và tôi chèo xuồng đi đón các bạn, nhưng xuồng sẽ chìm ngay khi có quá nhiều người trên đó.

Tôi không có đồ chơi mua ở cửa hàng nhưng tôi có thể tự làm nhiều đồ chơi như dùng vỏ sò nhỏ làm dụng cụ nấu ăn, cuốn lá chuối làm súng, lấy lá cỏ lau làm cờ và rễ cây làm dây để nhảy.

Khoảng năm 16 tuổi, cha tôi mua cho tôi một chiếc thuyền *"périssoire"*[2] đẹp, cha tôi còn sơn tên tôi *"Đặng Thị Tâm"* màu đỏ trên nền thuyền trắng. Tôi cảm thấy như thế quá loè loẹt, vì vậy tôi bỏ một phần tên tôi bằng cách bỏ chữ *"g"* và *"Tâm"* để tên thuyền thành *"Dân Thi"*. Tôi đã có rất nhiều giờ vui thú chèo thuyền này trên sông Hương.

Ảnh gia tộc họ Đặng

Mùa hè ở Huế rất ẩm và nóng. Cha tôi thường thuê một chiếc thuyền tam bản[3] để chúng tôi ngủ thoải mái hơn. Tôi nhớ rất rõ những buổi tối êm đềm, những đêm trăng rằm cha tôi mời một vài người bạn xuống thuyền để uống trà làm thơ và cùng nhau

---
2- *Thuyền độc bản.*
3- *Loại thuyền nhỏ dùng ở miền Đông Á, có thể chèo bằng một hay nhiều mái chèo cùng lúc.*

thưởng thức cảnh đẹp trên sông. Đấy là những kỷ niệm thời thơ ấu đẹp nhất của tôi ở Huế.

Bây giờ sau chiến tranh, nhiều nhà cửa bị phá hủy. Ngôi trường một lớp học của tôi không còn nữa và căn nhà của cha mẹ tôi chỉ còn lại vài viên gạch!

Tên của ông nội tôi, Đặng Văn Thụy, được khắc trên tấm bia trên lưng rùa ở Quốc Tử Giám tại Huế khi ông đỗ bằng Hoàng Giáp trong kỳ thi Hội năm 1904.

II. Gia Đình Tôi

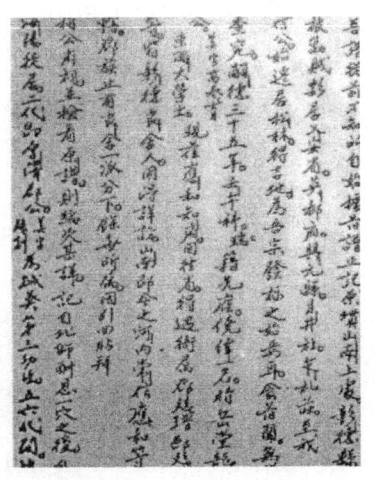

Hình trái: *Chân dung cụ cố bà và cụ cố ông, Cao Xuân Dục,*
chụp năm 1840
Hình phải: *Bút tự của ông nội Tâm, Đặng Văn Thụy,*
viết năm 1890

ÔNG BÀ NỘI CỦA TÔI

Ông bà nội của tôi có mười một người con, chín trai và hai gái.

Ông Nội tôi, ĐẶNG VĂN THỤY (1856-1936)

Có rất nhiều chuyện đặc biệt về ông nội tôi. Ông là người nổi tiếng và rất được kính trọng. Trước hết ông là một học giả nổi tiếng. Ông đỗ Hoàng Giáp[4] kỳ thi năm 1904. Tên ông nội, Đặng Văn Thụy, được khắc trên một tấm bia đặt trên lưng một trong những con rùa với bảng Hoàng Giáp ở Văn Miếu Huế. Ông viết nhiều sách về giáo dục và triết học. Nhiều hồ sơ về tác phẩm và thơ của ông còn được lưu giữ trong văn khố của Việt Nam. Thời trai trẻ ông nội rất khỏe. Xuất thân từ một gia đình nghèo, ông vừa phải làm việc ngoài đồng ruộng và ở lò rèn, vừa theo đuổi sự học của mình.

Có một ngày, cụ Cao Xuân Dục, một viên chức cao cấp làm quan Nhiếp chính cho nhà Vua trẻ lúc đó, nghe tiếng ông nội tôi, nhận thấy ông là một người tài năng, mang ông về nhà và gả cô con gái đầu của mình cho ông.

Lúc đầu nàng dâu trẻ than phiền ông nội không chịu học... Cho đến một ngày, ông nội trông thấy ba người đàn ông cùng nhau đập lúa trong khi vừa ăn một rổ khoai đầy. Ông nội nói với vợ rằng ông có thể làm việc của ba người đàn ông đó nếu ông có một rổ khoai. Bà để ông làm việc đó. Ông làm xong thì rổ khoai cũng vừa hết.

4- Hoàng Giáp là cấp học cao nhất ở Việt Nam khi ấy tương đương với bậc Tiến sĩ bây giờ.

Khi bà nội biết được điều này bà dọn bữa ăn của ông nhiều hơn. Khi đó ông nội bắt đầu học tập chăm chỉ. Ông đã vượt qua tất cả các kỳ thi một cách dễ dàng và đã đậu bằng Hoàng Giáp ở kỳ thi cao nhất.

Khi thực dân Pháp chiếm nước Việt Nam, ông nội không muốn làm việc dưới chế độ của chúng, vì vậy ông từ quan trở về Nho Lâm. Ở quê ông sống giản dị, làm việc ngoài đồng và dạy một số học trò. Nhiều người đến để xin lời khuyên của ông. Ông được coi là "Thần Sống".

Một chuyện khác tôi được nghe kể về ông nội tôi là ông rất lơ đãng. Khi ông đi ra ngoài, bà nội mặc cho ông quần áo đẹp với áo dài Việt Nam, nhưng khi ông về một nửa áo dài đã biến mất. Việc ấy xảy ra vì nhiều người tin ông là thần sống, khi con cái họ đang ốm đau, họ muốn có một thứ gì đó của ông - do vậy, họ cắt một phần áo dài của ông treo gần đứa trẻ (họ tin tưởng rằng có thể xua đuổi tai họa). Ông nội luôn luôn chìm đắm trong suy nghĩ của mình đến nỗi ông không nhận biết người ta đã cắt xé áo quần của mình.

Một kỷ niệm tôi nhớ về ông nội là giọng ngâm thơ Đường rất to của ông.

Một hôm, ông nội có một vết thương bị nhiễm trùng ở sau lưng. Chú tôi, một bác sĩ, muốn đưa ông nội đến bệnh viện để chữa nhưng ông nội từ chối không đi. Chú tôi muốn dùng thuốc giảm đau để làm sạch chỗ nhiễm trùng, ông nội cũng từ chối. Tôi nhớ là thấy chú tôi - với nước mắt chảy ròng khi làm sạch vết nhiễm trùng, vì chú biết ông nội rất đau.

Có rất nhiều chuyện về ông nội. Ông được mọi người quý trọng và kính mến. Ông là một học giả có tiếng, một thi sĩ và một nhà yêu nước, một người đã chống lại sự xâm lược của Pháp bằng cách từ quan.

Tôi ước mong rằng tôi biết chữ Hán nhiều hơn để có thể đọc được những tác phẩm của ông để lại.

Năm 2017 một con đường ở Vinh được mang tên ông nội.
(Ảnh do hai cháu Công và Lập chụp)

Ông Nội   *Bà Nội*

Bà Nội tôi, CAO THỊ BÍCH (1860-1949)

Bà nội tôi Cao Thị Bích, cũng là một người rất khác thường. Bà là con gái đầu của bà vợ cả của ông bố nổi tiếng Cao Xuân Dục[5]. Việc gả bà cho ông nội tôi, một người học trò nghèo, lúc đó là một hành động rất tin tưởng vào khả năng thành đạt của ông nội.

Bà nội là một người rất có năng lực: khi bà lấy ông nội, một học trò nghèo, bà phải làm việc hết sức để nuôi dưỡng mười một người con. Bà đã gây dựng nên một gia sản to lớn, khuyến khích ông nội trong việc học của ông và dìu dắt các con trai thành đạt trong lãnh vực học vấn và nghề nghiệp. Hai trong số bảy người con trai của bà đã thành bác sĩ - và cha

---

5- Vào thời đó những người quyền cao chức trọng thường có nhiều vợ. Cụ Cao Xuân Dục có bảy người vợ, nhưng vợ cả là quan trọng nhất. Bà nội tôi là con gái lớn của vợ cả nên bà nội được xem là người quan trọng nhất.

tôi cùng người anh của cha đỗ bằng "Phó Bảng", một bằng cao thứ nhì trong thi cử của Việt Nam thời đó.

Nhà ông bà nội ở Nho Lâm

Bà nội là một người rất nghiêm khắc nhưng công bằng và độ lượng. Bà rất được mọi người trong cộng đồng kính trọng. Khi còn nhỏ tôi rất sợ bà. Sau này khi đã lớn lên, tôi mới hiểu rằng bà cần phải nghiêm khắc để điều khiển một gia đình đông đúc: thúc đẩy các con trong việc học, và để trông coi một sản nghiệp lớn.

Ông nội luôn suy tư viết lách, do đó mọi việc đều do bà nội tôi quán xuyến. Tôi còn nhớ một lần tôi muốn giúp bà nội tính toán với những người tá điền trong mùa gặt khi họ phải đem trả phần tiền của họ, bà biết ngay mỗi người thiếu bà bao nhiêu, bà không cần sổ sách mà chỉ cần nhớ trong đầu.

Vào dịp Tết, năm nào chúng tôi cũng quay về Nho Lâm, nơi quê hương của chúng tôi, mặc dù chúng tôi sống ở nhiều nơi xa nhau ở Việt Nam. Mỗi năm một lần chúng tôi trông đợi cuộc gặp mặt đại gia đình ở nhà ông bà nội. Tôi còn nhớ là đi xe lửa trong một toa đông đúc. Đôi khi chúng tôi phải đứng suốt đêm.

Bà nội có nhiều người giúp việc đến nhà để chuẩn bị thức ăn cho toàn gia đình và khách mời. Chúng tôi phải mổ cả một con lợn để nấu các món ăn đặc biệt. Khi tan tiệc nhiều chiếc đĩa đã biến mất.

Bà nội bảo với tôi rằng những người giúp việc là những người nghèo nên họ cần những chiếc đĩa đó hơn chúng ta. Vì thế bà luôn dùng những đĩa rẻ tiền mà không dùng loại đắt tiền vì biết không tránh được việc đĩa sẽ bị lấy đi.

Mike, Aline, Tâm và Manuel trước sân nhà ông bà nội (2006)

Nhà của Ông Bà Nội ở Nho Lâm

Nhà của ông bà nội ở Nho Lâm rất đồ sộ, với những hàng cột to đỡ một mái hiên dài trước nhà. Trong nhà có nhiều phòng rộng treo nhiều hoành phi, câu đối bằng chữ Hán do ông viết. Đằng sau nhà có một sân xi măng rộng để phơi thóc mới gặt. Ở sân trước, những cây to dàn theo lối vào và có một bia đá lớn khắc tên và những thành tựu của ông nội. Tấm bia này là phần thưởng của Vua ban khi ông nội về hưu.

Kính viếng các bài vị tổ tiên tại Nhà thờ Tổ họ Đặng

Nhà của ba chú tôi ở bên cạnh nhà của ông nội. Chỉ có nhà thầy mẹ của chúng tôi là ở xa, nằm gần núi Mã Yên Sơn *(yên ngựa)*. Khu nhà của ông bà và các chú to lớn đến nỗi ông Hồ Chí Minh đã dùng làm trụ sở trong thời kỳ đầu của cách mạng.

CHA TÔI, ĐẶNG VĂN HƯỚNG (1888 - 1954)

Ảnh bên trái: Tên của cha tôi trong sách Lịch sử Việt Nam *(bản tiếng Pháp* Notabilités d'Indochine*).*

Cha tôi là người con thứ hai trong gia đình có mười một người con: ba con gái và tám con trai.

Cha tôi là một người rất đặc biệt. Ông là người được mọi người yêu mến và kính trọng nên ông có thể phục vụ dưới bốn chế độ: triều Vua, người Pháp, chính phủ độc lập Trần Trọng Kim và chính quyền Cộng sản.

Ông là một người rất thông minh, đầu tiên ông đỗ bằng Cử Nhân lúc 18 tuổi, rồi Phó Bảng. Lúc đó thi cử bằng tiếng Hán - Nôm. Ông cũng đỗ bằng Thành Chung tiếng Pháp.

Với kiến thức đó ông được làm thầy giáo cho con Vua và giữ những chức vụ khác. Tuy nhiên, đường danh vọng của ông không được suôn sẻ khi Việt Nam ở dưới sự cai trị của người Pháp, vì tính trung thực, thanh liêm không nhượng bộ trước áp lực chính trị. Cuối cùng ông nghỉ hưu khi đang làm bộ trưởng giáo dục dưới thời vua Bảo Đại.

Năm 1945, chính phủ Trần Trọng Kim mời ông tham gia nhưng ông muốn gần bà nội tôi nên ông nhậm chức Tổng Đốc thành phố Vinh, một thành phố quan trọng ở giữa miền Nam và miền Bắc nước Việt Nam.

Anh tôi và tôi theo ông về Vinh, ở nhà viên Công sứ Pháp ngày trước.

Cha tôi

Chỗ chúng tôi ở là một lâu đài lớn với vườn cây bao quanh. Quân Nhật đóng trong vườn thường tập dợt múa kiếm, la hét rất ồn.

Một hôm, một sĩ quan Nhật đến công sở hỏi gặp thầy tôi. Thầy tôi từ chối gặp ông ta, lấy lý do sự cách biệt về chức tước. "Tôi là người đại diện của chính phủ Việt Nam," ông nói, "tôi chỉ sẽ gặp người đại diện quân đội của ông." Viên sĩ quan này rất bực bội và dùng kiếm của mình rạch nát cái ghế dài trong phòng chờ. Anh tôi và tôi trên gác rất lo là sĩ quan đó có thể hại thầy tôi. Nhưng thầy tôi vẫn bình tĩnh, không nhượng bộ. Sau ngày đó, thầy tôi không gặp trở ngại khi giao dịch với người cầm đầu của quân đội Nhật. Dân Nhật có tính biết tôn trọng người dũng cảm.

Khi Cộng sản nắm chính quyền ở Việt Nam, thầy tôi - với tư cách là Tổng Đốc thành phố Vinh, điều đình với chính phủ mới để bàn giao quyền hành cho họ, với mục đích đem lại một sự trao quyền êm thấm. Ông mong muốn tránh đổ máu bằng mọi giá. Sau đó Hồ Chí Minh mời ông làm "Bộ trưởng không Bộ", nghĩa là ông không có nhiệm vụ thực thụ nào. Trong việc giao cho thầy tôi chức vụ ấy, chính phủ Cộng sản hy vọng giành được sự ủng hộ của dân chúng bằng cách chứng tỏ rằng họ tôn trọng con người của phía dân chúng. Thầy tôi thường được hỏi ý kiến và ông luôn thành thực trả lời rằng việc họ làm là đúng hay sai - sự trả lời trung thực đó nhiều khi không làm vừa lòng chính phủ mới.

Khi Cộng sản nắm toàn bộ Việt Nam, gia đình chúng tôi chịu nhiều bi kịch. Hai người chú, bác của tôi đã bị giết bởi Toà án Nhân dân[7] vì họ là địa chủ hoặc là quan chức của chính quyền cũ. Điều đau đớn nhất của loại hành hình này là họ bắt buộc gia đình những người bị xử phải chứng kiến buổi xử.

Lúc đó thầy tôi được tha nhờ vị trí của ông và sự yêu mến của quần chúng. Mặc dù vậy, năm 1952 chính quyền địa phương đã bắt ông mà không có lý

7- Được thành lập dùng để đấu tố khi đó.

do và không xét xử. Sau hai năm ông được thả về, nhưng ông đã trở nên quá yếu, ông hoàn toàn bị bại liệt. Em Dung tôi đưa ông về Nho Lâm, ông đã qua đời vào năm 1954, thọ 67 tuổi.

Bàn thờ Tổ tiên trong Nhà thờ Tổ họ Đặng

Cha tôi   Mẹ tôi

MẸ TÔI, HOÀNG THỊ HIẾN (1895 - 1953)

Mẹ tôi là con gái đầu của cụ Vạn Tường, một thương nhân khả kính ở Hà Nội. Mẹ tôi rất xinh đẹp, bà là hoa khôi ở phố Hàng Đào. Tôi nhớ mái tóc mượt như lụa của bà dài chạm đất. Da bà trắng, giọng nói nhẹ nhàng. Mẹ là người phong nhã. Bà chưa bao giờ to tiếng. Bà được mọi người yêu mến; bà là người hiền lành, rộng lượng và luôn luôn sẵn sàng giúp đỡ mọi người.

Mẹ tôi là một tín đồ trung thành của Phật Giáo. Hằng ngày bà tụng kinh nhiều giờ. Thầy tôi dựng một ngôi chùa nhỏ ở chân núi Mã Yên Sơn để mẹ có thể yên tĩnh tụng kinh.

Thậm chí đến bây giờ tôi vẫn có thể hình dung lời tụng kinh dịu dàng của mẹ theo nhịp tiếng gõ mõ. Bà là một người mẹ rất giỏi đã dìu dắt chúng tôi một cách dịu dàng khi chúng tôi lớn lên.

Có lẽ tôi là cô con gái làm cho bà quan tâm vì tôi hoạt động như con trai - không như người con gái nhu mì Việt Nam. Tôi là người hiếu động, tự lập và không bao giờ đứng yên một chỗ để có thể học những tài nghệ mà bà muốn truyền dạy chúng tôi.

Một trong những công việc mà mẹ yêu thích là chăm sóc hoa thuỷ tiên vào dịp Tết. Mỗi khi Tết gần đến, mẹ mua những củ hoa thuỷ tiên tốt nhất rồi mẹ dùng một con dao rất mỏng và nhỏ, mẹ cẩn thận tách bỏ những mầm nhỏ hoặc ít nảy nở và chỉ giữ lại những mầm to khoẻ. Sau khi tỉa xong, mẹ đặt củ hoa vào những lọ thuỷ tinh có nước. Mẹ tôi có cách sắp xếp làm cho hoa nở đúng vào ngày Tết.

Mẹ tôi

Bây giờ nghĩ lại, tôi ước sao tôi có đủ kiên nhẫn để học tài nghệ đó của mẹ!

Mẹ cũng có khả năng quản lý công việc nhà. Mặc dù cha là một quan chức bậc cao và được kính trọng, nhưng gia đình chúng tôi không bao giờ giàu có.

Mẹ tôi đã khéo thu xếp và tiết kiệm nên đã mua được một cửa hàng nhỏ ở Vinh, thành phố không quá xa làng quê của tôi. Tiền cho thuê nhà cung cấp thêm cho gia đình tôi.

Thầy tôi, ngược lại là người không thực tế. Có một lần ông mua một mảnh đất ở quê (với mục đích cung cấp việc làm cho nhà nông nghèo ở vùng đó). Nhưng mảnh đất quá cằn cỗi: mỗi năm lợi tức chỉ là một rổ lạc. Mẹ tôi hay trêu chọc ông vì chuyện đó. Cha mẹ tôi rất yêu nhau. Tôi chưa bao giờ thấy cha mẹ tôi cãi nhau. Ít nhất là không bao giờ cãi nhau trước mặt chúng tôi. Mỗi lần cha về nhà, việc đầu tiên là ông hỏi "Mẹ đâu?"

Hoa Thủy Tiên

Có lẽ có một lần tôi thấy cha mẹ tôi không đồng thuận là khi anh Việt tham gia vào trường Quân sự. Cha tôi là người yêu nước nên đã nói: "Hiện nay là lúc đất nước cần đào tạo quân sự." Mẹ tôi kịch liệt chống lại việc đó, một phần vì bà không muốn con trai thứ hai của mình rời bỏ trường Y khi đang học năm thứ hai. Cuối cùng cha tôi đã thắng, nhưng mẹ tôi không bao giờ tha thứ cho ông về điều đó.

Mẹ tôi là người hiền lành đến nỗi bà tránh không bao giờ dẫm lên một con kiến.

Khi cha tôi bị bắt, mẹ tự kết liễu đời mình bằng cách uống thuốc ngủ quá liều vào năm 1953[8]. Em gái tôi, Dung, là người duy nhất ở nhà lúc đó. Dung phải một mình đối mặt với tình trạng rất khó khăn này. Dung phải trông nom chăm sóc các cháu trai và gái. Cộng sản đã lấy mọi thứ trong nhà. Dung cùng các cháu đã phải sống trong một góc nhỏ trong bếp.

Mẹ (bên phải), bà Ngoại và hai Dì hai bên

Vào năm 1980 khi tôi về Việt Nam, tôi mới được biết những việc này. Tôi quá đau lòng khi nghe Dung kể lại em đã sống đau khổ như thế nào trong thời gian khủng khiếp đó! Dung cần phải tìm kiếm thức ăn cho các cháu; phải ăn mọi thứ từ củ chuối đến rau má ngoài đồng.

8- *Có lẽ, cuối cùng mẹ không thể đối diện với nhân tình thay đổi: trước kia luôn được kính yêu mà nay lại thành kẻ thù.*

CÁC ANH VÀ CHỊ TÔI

Chị cả, ĐẶNG THỊ LAN (1912-1943)

Chị cả tôi và chồng chị, Trịnh Văn Phong có sáu người con. Chị hơn tôi 14 tuổi và sống xa nhà. Chị là người con gái đẹp nhất của cha mẹ tôi; chị là người giống mẹ hơn cả, cũng dịu dàng đáng yêu, nhưng chị có cuộc sống khó khăn.

Chị Lan   *U nhỏ và chị Lan cùng con*

Chồng chị ham chơi. Gia đình thường thiếu tiền, chị tôi đã hết sức khó khăn để kiếm tiền nuôi con. Chị mất vì căn bệnh ung thư và bỏ lại sáu con còn nhỏ. Cháu nhỏ nhất, Trịnh Nguyệt Hải, sống với cha mẹ tôi trong khi các cháu khác sống với bà con bên nội. Hiện nay, một cháu định cư ở California và ba cháu ở Paris.

Chị thứ hai, ĐẶNG THỊ LÝ (1914-2005)

Chị Lý và chồng, bác sĩ Phan Huy Quát, có sáu người con: ba trai và ba gái.

Tôi còn nhớ câu chuyện sắp xếp đính hôn của chị Lý với anh Quát. Cha tôi sắp sửa về hưu và chuẩn bị rời Hà Tĩnh để quay về Nho Lâm. Cha của anh Quát đến thăm ông nội tôi và hỏi chị Lý cho anh Quát. Ông nội tôi đã đồng ý - không biết rằng chị tôi chỉ mới mười sáu tuổi và vẫn còn là học sinh. Vì thế cha mẹ tôi phải vâng lời quyết định của ông nội tôi, mặc dù cha mẹ tôi muốn chị Lý sẽ thành hôn khi lớn hơn.

Chị Lý hơn tôi mười hai tuổi. Tôi còn nhớ tiệc cưới của chị, tôi mặc cùng màu áo như cô dâu.

Hàng đứng: *anh Phong, Lương, anh Quát, Tâm, cháu Mạnh Giao*
Hàng ngồi: *Kiểm, Bạch, chị Quát, Anh, Lâm Hương, Mỹ Chương*

Anh rể tôi - BS. Phan Huy Quát là người được kính trọng và được yêu mến, nhưng gia đình anh chịu nhiều đau khổ sau năm 1975 khi không thể chạy khỏi đất nước. Trước năm 1975, anh Quát được bầu làm chủ tịch Liên minh chống Cộng Đông Nam Á, điều này đặt anh vào vị trí nguy hiểm dưới chế độ Cộng sản[9].

Tôi biết rằng ngoại trưởng Mỹ, Kissinger, người đang làm việc ở Việt Nam lúc đó, ngỏ ý đưa chị và anh rể ra khỏi Việt Nam nhưng anh từ chối vì họ chỉ đưa được anh chị chứ không cho cả gia đình.

Vào năm 1980 anh chị Quát đã cố gắng mang gia đình rời Việt Nam nhưng thất bại. Cả gia đình bị bắt vào tù, chị tôi bị giam vào một xà lim nhỏ cách ly với mọi người.

Anh rể tôi bị đau tim, chị tôi bị bệnh tiểu đường. Chị cần phải tiêm *Insulin* hằng ngày, nhưng ở trong tù hơn một năm, không biết làm sao chị sống sót được mà không hề có thuốc. Gia đình được thả sau vài năm, nhưng anh Quát vẫn bị giữ lại.

Một lần, cháu Kiểm (con anh chị) và tôi đến Hoa Thịnh Đốn tìm cách giúp anh Quát. Chúng tôi đến gặp Thượng nghị sĩ Kennedy, Percy và Madigan nhờ giúp chúng tôi yêu cầu chính phủ Cộng sản thả BS. Quát với lý do nhân đạo.

9- Khi anh Quát ở miền Bắc, dưới chính phủ độc lập - anh là Bộ trưởng bộ Giáo Dục, rồi sau đó là Bộ trưởng bộ Quốc Phòng. Sau này khi chế độ Cộng sản đến, anh đi vào Nam và là Thủ tướng của Việt Nam Cộng Hoà. Anh cũng được bầu làm chủ tịch Liên minh chống Cộng (bao gồm cả vùng Đông Nam Á).

Chúng tôi rất cảm ơn vì cả ba Nghị sĩ đó đã đồng ý viết để hỗ trợ khẩn cầu của chúng tôi[10]. Chúng tôi yêu cầu BS. Quát được phóng thích qua Pháp để có em là BS. Phan Huy Quế ở Paris săn sóc sức khỏe cho. Chúng tôi nghĩ rằng nếu yêu cầu cho anh qua Pháp có lẽ dễ hơn là qua Mỹ. Khi có được thư rồi, Kiệm và tôi tự hỏi phải làm cách nào để có thể gửi thư ấy đến tay người lãnh đạo ở Việt Nam. Chúng tôi quyết định gởi đến ông Phạm Văn Đồng, Thủ tướng chính phủ Việt Nam thông qua Tòa Đại sứ Pháp ở Hoa Thịnh Đốn. Ngoài ra chúng tôi cũng yêu cầu Hội Hồng Thập Tự Quốc tế can thiệp, vì anh Quát là một bác sĩ. Nhưng đêm trước khi Hội Hồng Thập Tự đến Việt Nam, anh Quát đã qua đời trong tù. Chúng tôi không biết anh đã chết vì bệnh tật hay vì một lý do khác nào.

Sau này, chị Quát cùng gia đình sang Úc định cư. Chị tôi rất can đảm. Chị phải chịu đựng nhiều đau khổ: hai lần mất sản nghiệp, cả gia đình phải vào tù, rồi tới đến cái chết đầy hoài nghi của chồng. Nhưng chị vẫn đứng vững để chăm sóc con cái. Tôi rất mừng chị đã có được vài năm sống yên bình ở Úc. Chị thậm chí còn được giải thưởng "Người Mẹ Gương Mẫu" của chính phủ Úc.

Tôi qua Úc ba lần thăm chị. Chúng tôi ôn lại quãng ngày sống sung sướng với thầy mẹ chúng tôi ở Huế.

Chị tôi mất năm 93 tuổi. Các con chị về Việt Nam lấy tro của anh Quát đem về Úc. Như vậy anh chị đã được xum họp cùng nhau.

10- *Tại thời điểm này, chính phủ Hoa Kỳ và Việt Nam chưa có bang giao, nên các Thượng nghị sĩ đã viết thư với tính cách cá nhân của họ chứ không phải là "nhân viên" của chính phủ Mỹ.*

Anh tôi, ĐẶNG VĂN NHỊ (DIỄN) (1916-2003)

Tên chính thức của anh tôi là Nhị, nhưng ở trong gia đình anh được gọi là Diễn (có lẽ vì muốn nhớ lại quê hương Diễn Châu). Anh tôi rất hiền lành. Anh là một giáo viên, được học trò yêu mến và kính trọng.

Khi tôi quay lại Việt Nam đến thăm anh, tôi thường gặp học trò cũ đến thăm và mang quà tặng anh.

Anh Diễn, hình chụp năm 1940

Vợ anh, Tôn Nữ Thị Khánh, là người chị dâu mẫu mực từ một gia đình danh tiếng ở Huế. Khi gia đình tôi gặp nhiều khó khăn, chị làm việc rất cần cù để giúp chúng tôi. Tôi rất cảm ơn chị đã hết lòng giúp đỡ cho gia đình chúng tôi khi hoạn nạn.

Anh chị Diễn có năm người con: hai gái và ba trai. Người con trai út là Đặng Văn Toàn (sinh năm 1953) là liệt sĩ hy sinh (1972) trong kháng chiến chống Mỹ. Gia đình anh chị tôi hiện sống ở Hà Nội.

Anh tôi mất hôm tháng sáu 2003, thọ 88 tuổi. Chị dâu tôi mất năm 2015, thọ 96 tuổi.

Anh thứ hai, ĐẶNG VĂN VIỆT (1920-)

Đặng Văn Việt, E trưởng 174 (27 tuổi) - 1947

Anh Việt và vợ Nguyễn Thị Huyền có một con trai Đặng Việt Hùng và một con gái Đặng Thị Việt Hằng.

Anh Việt là người tôi gần gũi nhất. Anh hơn tôi sáu tuổi. Anh là một người rất hiếu động và khỏe mạnh từ khi còn là thanh niên (anh chơi bóng đá, đua xe đạp và hoạt động trong hội Hướng Đạo).

Cuối cùng, anh trở thành nhà chỉ huy quân sự nổi tiếng và đã đánh thắng nhiều trận trong chiến tranh chống Pháp. Thậm chí người Pháp còn đặt cho anh tên hiệu "con hùm xám" và treo giải thưởng 10.000 $ (tiền Việt Nam lúc đó) cho việc bắt được anh ấy.

Anh Việt là người rất yêu nước - anh đã hiến dâng trái tim mình cho đất nước - nhưng anh không bao giờ được tặng thưởng hoặc ghi nhận tất cả những nỗ lực của mình, chỉ vì anh là con của một quan chức dưới chế độ cũ. Anh rất giỏi, trong cả hai lãnh vực: khi là người lính cũng như khi là tác giả. Sách của anh được dịch ra tiếng Pháp, tiếng Anh và được nhiều giải thưởng, nhưng anh vẫn nghèo. Có lúc anh phải đi bán hoa quả ở vườn mình để kiếm sống.

Bất chấp những bất công anh phải chịu đựng bởi chế độ Cộng sản, anh vẫn lạc quan - tin tưởng rằng những gì anh đã làm là vì tình yêu đất nước của anh. Bây giờ hơn 90 tuổi, anh đã viết 15 cuốn sách[11], những cuốn sách này bao gồm tóm tắt cuộc đời anh, những thành tựu của anh, và những cố gắng của anh kêu gọi cải cách chính phủ.

Năm 2004, tôi đưa anh qua Mỹ trong hai tháng. Chúng tôi đến nhiều nơi, thăm bạn bè và họ hàng. Anh rất thích nền tự do của cuộc sống ở Mỹ và đã viết một bài báo về hành trình đó khi trở về Việt Nam.

Anh Việt được một số tù binh "người Pháp" trong cuộc chiến tranh trước đây mời sang thăm nước Pháp. Anh được các sĩ quan Pháp tiếp đón

Anh Việt là tác giả 15 cuốn sách

nồng hậu. họ ca ngợi chiến lược của anh hồi chiến tranh và cảm ơn anh về sự đối xử nhân đạo với họ khi dưới quyền anh thời đó.

11- *Anh Việt viết về những trận chiến chống Pháp, về lịch sử VN, và về đời anh.*

Gặp lại nhau sau 50 năm xa cách (2006)
Trái qua phải: *Việt, Tâm, Diễn, Dung*

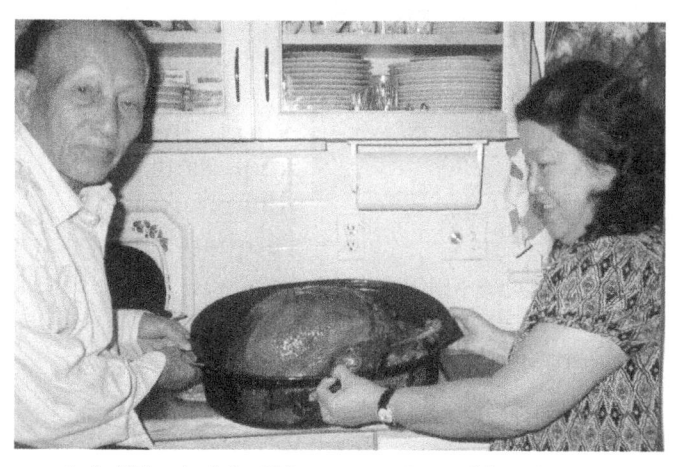

Anh Việt và cháu Hải ăn con gà tây đầu tiên ở Mỹ

Chị thứ ba, ĐẶNG THỊ NGHỆ (1922-1943)

Chị Nghệ là người chị mà tôi gần gũi nhất. Tôi chỉ trẻ hơn chị bốn tuổi, và tôi lớn lên cùng chị khi sống ở Huế cùng thầy mẹ.

Chị Nghệ là người phụ nữ Việt Nam thuần túy; chị rất có tài và đảm đang. Tôi cao lớn hơn chị (chị bị đẻ non hai tháng). Chị mảnh dẻ còn tôi thì thô cao. Có lúc tôi nghĩ mình là con nuôi - cho đến khi bảo mẫu của tôi nói với tôi rằng tôi cao khỏe giống cha tôi (trong khi chị tôi thanh nhã xinh xắn giống mẹ).

Chị Nghệ và Tâm

Tôi rất yêu chị và cảm thấy buồn khi chị đi lấy chồng. Đám cưới của chị là một đám cưới sắp đặt. Chồng chị BS. Đặng Huy Lộc, sống ở Hành Thiện, một thị trấn ở Bắc Việt Nam. Tôi còn nhớ hôm lễ cưới, tất cả nghi thức với đoàn người đem quà cưới của chú rể cho cô dâu. Tôi rất buồn vì nghĩ từ nay tôi xa chị. Nhưng một phần an ủi là có người bảo mẫu của tôi ở với chị, trông nom cho chị khi xa nhà[12].

12- Với phong tục tập quán ở VN là có bảo mẫu đi cùng cô dâu tới nhà mới của cô. Tôi vui mừng vì người đó là bảo mẫu của tôi: bà đã ở với gia đình chúng tôi nhiều năm và đã chăm sóc chị Nghệ từ khi còn nhỏ.

Anh chị có một con trai, Đặng Duy Đạm. Hai năm sau, chị tôi bị bệnh lao. Tôi còn nhớ khi đến thăm chị, chị đã quá gầy yếu.

Chị có một chiếc vòng ngọc, chị tháo ra đưa cho tôi[13]. Tôi giữ mãi kỷ niệm này của chị. Chi ra đi khi mới hai mốt tuổi. Tôi quá buồn quá giận anh rể. Tôi đã kêu to: "Anh gây bệnh cho chị tôi làm chị chết." Anh rể tôi là một bác sĩ chuyên về lao. Tôi lúc ấy vào tuổi dậy thì, quá bồng bột nên trách anh như vậy. Sau này tôi rất ân hận vì đã nổi nóng với anh, nhưng tiếc thay tôi không có cơ hội để xin lỗi anh rể tôi nữa.

Đám cưới của chị Nghệ năm 1941

13- Mỗi năm khi chúng tôi lớn lên, mẹ tôi thường mua một đôi vòng ngọc, mẹ cho tôi một vòng và một vòng cho chị Nghệ. Vòng của tôi đã bị vỡ vì tôi quá hiếu động. Vì vậy khi tôi đến thăm chị, chị cởi vòng của chị cho tôi.

Chị rất yêu con nhưng không muốn cho con gần chị - sợ lây bệnh của chị. Chị bảo mẫu của tôi phải bế cháu Đạm đứng cạnh cửa, chị tôi nhìn con mà nước mắt đầm đìa.

Chị qua đời khi chị mới hai mươi mốt tuổi.

Sau này tôi được nghe là anh thuê họa sĩ vẽ chân dung chị tôi với kích thước bằng người thật treo ở phòng anh ấy. Anh yêu chị biết bao[14]!

Chị yêu hoa huệ ngày lễ Phục Sinh: mỗi mùa xuân, chị thường cho tôi một bức ảnh chị cạnh một lọ đầy hoa huệ. Bây giờ, mỗi khi tôi thấy hoa huệ vào dịp lễ Phục Sinh, tôi lại nhớ đến chị Nghệ thân yêu của tôi.

14- Sau này khi tôi là một nhà Tâm lý học ở các trường; một lần, trong một buổi họp cùng các học sinh lớp 12 trường trung học, tôi được yêu cầu chia sẻ suy nghĩ và kinh nghiệm của tôi về "cái chết của một người thân". Tôi nhớ lại hành động và phản ứng của tôi khi tôi mất chị Nghệ. Lúc ấy, tôi cũng vào tuổi với các học sinh hôm ấy, tôi chia sẻ cùng các em tôi đã quá nóng nảy và quá vị kỷ chỉ nghĩ đến sự đau buồn của mình và đã làm anh rể tôi đau lòng bao nhiêu. Bao năm qua, tôi vẫn ân hận về việc này, chỉ cầu mong có cơ hội để xin lỗi anh rể, nhưng tiếc thay, chiến tranh đã làm tôi cách biệt với anh, tôi không có dịp nào gặp lại anh... Tôi mong rằng chia sẻ kinh nghiệm này với các học sinh, tôi có thể giúp các em có nhận thức rõ hơn hành động của mình khi đối diện với cái chết của một người thân...

Anh thứ ba, ĐẶNG VĂN PHONG (1925 - 2013)

Anh Phong là người kề sát tôi[15]. Anh Phong sinh non hai tháng, vì thế anh nhỏ hơn tôi chút ít. Anh là một người trầm tĩnh, hiền lành, ít nói. Lớn lên, anh đi dạy học, anh được học sinh rất quý mến. Anh và vợ, chị Phan Thị Trương, có chín con, bốn gái và năm trai. Gia đình anh chị sống ở Nha Trang, một thành phố xinh đẹp ở ven biển (nơi sinh của chị). Sau này anh chị cùng các con rời Việt Nam đến định cư tại Hoa Thịnh Đốn, Mỹ. Chị Phong qua đời năm 2004 thọ 77 tuổi.

Anh chị Phong tránh được những gian nan đau khổ về chiến tranh như các anh chị em khác trong gia đình tôi. Chiến tranh không chạm đến Nha Trang, một tỉnh xa miền nam Việt Nam.

Từ trái qua phải: *Hà (con anh Phong)-Dung-Phong-Tâm-Việt*

15- Năm sinh của anh có lẽ là 1924 và của tôi là 1927, nhưng vì lý do nào đó, thầy mẹ tôi đã khai sanh cho chúng tôi là 1925 và 1926.

Mặc dù vậy, anh chị cũng trải qua một bi kịch, năm 1985, cháu Đặng Thị Thanh Châu, con gái đầu lòng của anh chị bị mất tích khi vượt biên bằng thuyền[16].

Trường hợp cháu gái tôi là một trường hợp đã xảy ra cho nhiều gia đình Việt Nam khi di tản. Hằng ngàn người đã mất mạng trên biển khi tìm cách rời khỏi Việt Nam. Thật là một bi kịch khủng khiếp xảy ra cho nhiều gia đình Việt Nam trong thời ấy. Nhưng cũng may là các cháu khác của anh chị đã đến Mỹ an toàn. Hiện nay gia đình anh chị sống ở Hoa Thịnh Đốn.

Anh Phong yêu vẽ và xem video. Thậm chí khi anh đã 70 tuổi, anh vẫn theo đuổi ý muốn học vẽ, ghi danh vào lớp học nghệ thuật. Năm 2013 anh đã từ trần theo chị về nơi cực lạc...

16- Khi Việt Nam rơi vào tay Cộng sản, nhiều gia đình muốn trốn thoát, nhưng vì phải mua chỗ đi trên thuyền mà họ không đủ tiền cho cả gia đình đi, nên chỉ có thể gởi đi một hay hai người thôi. Trong trường hợp này, Thanh, cháu gái tôi, đi trước - nhưng cháu đã bị mất tích. Thuyền có thể đã bị chìm đắm trên đường đi, hoặc có thể đã bị bắt bởi những tên cướp biển đã lợi dụng hoàn cảnh có thể cướp một cách dễ dàng những thuyền nhân không có khả năng tự vệ. Tôi đã cố gắng nhờ trợ giúp của Hồng Thập Tự để tìm kiếm cháu, nhưng không có kết quả.

Em gái út, ĐẶNG THỊ DUNG (1936-)

Gia Đình em Dung

Cho tới khi em Dung ra chào đời, tôi là đứa con nhỏ nhất trong gia đình; em Dung nhỏ hơn tôi bảy tuổi. Tôi may mắn hơn Dung vì cả thời thơ ấu của tôi trải qua trong lúc Việt Nam còn hoà bình. Em Dung đã sống qua nhiều gian nan trong thời chiến tranh, thời cách mạng và dưới chế độ Cộng sản.

Em tôi mới mười bảy tuổi, em còn đang học phổ thông, khi cha tôi bị bắt. Em có mặt khi mẹ tôi tự tử, em phải sống để trông nom cho các cháu còn thơ dại: "con anh chị Diễn" (anh Diễn đi dạy ở tỉnh, chị Diễn cũng ở xa, tôi không rõ vì sao). Tôi không thể tưởng tượng làm sao em có thể vượt qua bao khó khăn để sống. Cộng sản đã tịch thu và lấy đi mọi thứ. Em và các cháu phải sống chui rúc trong một góc dưới nhà bếp.

Có một lần em thu hoạch được ít lúa mang về xay xát, nghĩ rằng sẽ có một bữa cơm ngon nhất cho các cháu mình, nhưng chính quyền đã đến và lấy hết. Ngày qua ngày, em phải lùng kiếm mọi thứ gì có thể ăn được để sống. Sau một năm, may mắn chị dâu tôi quay về Nho Lâm và giúp đỡ Dung.

Sau này Dung cố gắng quay lại trường học. Em trải qua bao khó khăn mới đến được Hà Nội, tìm chỗ để ở, và ghi danh vào đại học, nhưng một lần nữa em lại bị ngáng trở. Mặc dù đang học nửa chừng, em bị gọi đi lao động chân tay - làm đường - chỉ vì em là con gái của một quan chức "chế độ cũ". Nhưng Dung rất can đảm, vật lộn đến cuối cùng và đã đoạt được bằng kỹ sư công chánh.

Câu chuyện của em tôi có thể viết đầy một cuốn sách. Tôi thán phục sự dũng cảm, sức chịu đựng và sự cố gắng để vươn lên của em. Em tôi đã chọn một con đường học khác hơn với những anh chị trong gia đình (hầu hết chọn nghề dạy học hoặc y khoa). Em đã chọn nghề kỹ sư và đã đến nhiều nơi để xây dựng nhiều cầu khắp Việt Nam.

Vợ chồng Dung và Tưởng

Em Dung và chồng Phạm Mạnh Tưởng có hai con Phạm Hoàng Tố Hoa và Phạm Cao Sơn.

Hiện nay đã trên tám mươi tuổi, Dung sống cùng chồng ở thành phố Sài Gòn. Năm 2009, tôi đưa em sang thăm nước Mỹ. Hai chị em tôi đã có được một thời gian vui sống cùng nhau và có dịp đi thăm họ hàng. Chồng của Dung mất năm tôi về Việt Nam, tháng tư năm 2016.

Người con gái thứ bảy, ĐẶNG THỊ TÂM (1926-)

Hình chụp phía sau căn nhà 309 McHenry, Urbana

Tôi cảm thấy tôi là người rất may mắn. Mặc dù tôi có điều bất hạnh là đã mất người chồng đầu tiên khi còn trẻ, nhưng tôi không phải trải qua nhiều gian khó của chiến tranh và cách mạng.

Có lẽ là số phận. Tôi cám ơn tổ tiên và cha mẹ tôi đã phù hộ cho tôi đến ngày hôm nay. Tôi luôn luôn cố gắng theo truyền thống của gia đình mình: làm việc hết sức của mình và làm việc cho người khác những gì mà tôi có thể làm được. Tôi yêu gia đình thân yêu của tôi và tự hào biết rằng, bất chấp tất cả những khó khăn, những bi kịch, sự chia cách, và chiến tranh, tinh thần của gia đình chúng tôi vẫn thắt chặt mạnh mẽ, và chúng tôi cố gắng hết sức theo gương di sản của tổ tiên.

Dung và con gái, Tố Hoa

Chị Nghệ và em Dung

Thăm trường cũ: Trung học Đồng Khánh, Huế.
(Ảnh: Michael Wei)

III. Thời Học Trò Lúc Còn Nhỏ

Trường Tiểu Học

Tôi bắt đầu đi học tại một trường chỉ có hai lớp ở Huế. Vì một lý do nào đó, tùy thuộc vào nhóm học sinh nhỏ tuổi, tôi lại được xếp vào lớp trên.

Một kỷ niệm tôi còn nhớ mãi là một trò chơi làm giày bằng lá cây. Mỗi lần đến giờ ra chơi, chúng tôi vội chạy ra sân tìm những lá cây to nhất, rồi dùng mấy cây tăm ghim tàu lá lại với nhau thành đôi giày. Mang những đôi "giày lá" này chúng tôi chạy đuổi nhau quanh sân trường (giày lá mau chóng bị rách, nhưng chúng tôi lại làm đôi mới)! Trò chơi này làm cho sân trường đầy xác lá. Cuối cùng, ông gác trường than phiền, cô giáo buộc chúng tôi phải ngưng chơi.

Sau một năm, chúng tôi chuyển đến một trường tiểu học mới. Trên đường đi đến trường, tôi và hai chị em họ của tôi phải đi qua một lô đất trống, nơi chăn giữ một con voi của nhà Vua. Tôi nghe nói rằng voi rất thông minh, có thể hiểu được những gì chúng ta đang nói hoặc đang nghĩ. Tôi cũng được nghe nói rằng một cậu bé nói thô lỗ với con voi rồi bị con voi đạp lên! Vì thế khi tôi đến gần con voi, tôi cố gắng bước thật nhẹ nhàng và đầy kính trọng.

Một kỷ niệm khác tôi còn nhớ là khu vườn sau trường. Một hôm, lớp chúng tôi và một lớp khác trồng một số cây dâu tây trong vườn. Vườn của chúng tôi có được một quả dâu tây đầu tiên, chúng tôi sợ rằng lớp kia có thể ghen tị và lấy trộm quả dâu đầu tiên này. Vì thế chúng tôi phải cắt lượt nhau gác vườn: "người gác" phải đến trường sớm và rời trường muộn để chắc chắn dâu không bị đánh cắp. Quả dâu ấy thật quý hơn vàng!

Một vụ rắc rối hơn còn lại trong ký ức của tôi: Một hôm, một người bạn của tôi làm một điều gì đó sai trái ở trong lớp, cô giáo quyết định phạt bạn ấy bằng cách gõ thước kẻ vào ngón tay (thời đó, hình phạt thân thể là phổ biến trong trường học). Nhưng thay vì cô giáo đánh, cô bắt tôi làm việc đó. Tôi không thể làm được vì người ấy là bạn tôi. Tôi chỉ gõ nhẹ lên ngón tay của bạn. Cô giáo không bằng lòng tôi đánh quá nhẹ nên cô đánh vào ngón tay tôi rất đau. Tôi còn nhớ tôi rất bực tức về hành động của cô giáo; tôi nghĩ cô đã không công bằng khi bắt tôi phải đánh bạn tôi rồi lại phạt tôi vì tôi không làm việc đó[17]. Cử chỉ này của cô giáo từ ngày xưa đã có ảnh hưởng rất lớn khi tôi vào nghề dạy học. Vì nghĩ đến sự không công bằng này, tôi tự hứa sẽ nhớ phải cư xử rất công bằng với học trò của tôi.

Những năm học ở trường tiểu học của tôi thật là vui. Gần đây khi về thăm Việt Nam, tôi đã gặp lại một số bạn cũ thời tiểu học sau hơn 60 năm xa cách. Chúng tôi cùng ôn lại bao kỷ niệm ngày thơ ấu, nhớ lại tuổi ngây thơ trong sáng năm nào. Thời gian như ngừng lại, chúng tôi đã có thể quên chiến tranh - quên bao nhiêu bi kịch đã xảy ra trên đất nước Việt Nam.

17- *Tôi đã nhớ mãi kinh nghiệm này suốt thời gian tôi đi dạy học. Tôi luôn luôn cố gắng nhớ phải cư xử cho công bằng với học trò của tôi.*

TRƯỜNG TRUNG HỌC

Trường Đồng Khánh, trường trung học của chúng tôi ở gần trường Khải Định, một trường trung học cho con trai[18]. Vì hai trường gần nhau nên đã xảy ra bao mối tình duyên giữa học sinh trai và gái, sau cùng đã có nhiều cặp thành vợ chồng.

Để được nhận vào trường trung học này, chúng tôi phải trải qua một cuộc thi rất cạnh tranh. Trong số 80 người thi, chỉ có một nửa là 40 người may mắn được vào trường Đồng Khánh, những người còn lại có thể vào trường Thiên Chúa giáo hay vào trường tư.

Lớp chúng tôi chia thành hai nhóm A và B. Hai mươi học sinh một nhóm. Thời đó, chúng tôi sống dưới sự thống trị của Pháp, vì thế các giờ học của chúng tôi đều dạy bằng tiếng Pháp - và do các thầy người Pháp dạy - trừ môn Văn học Việt Nam, Địa lý và Lịch sử do các thầy cô người Việt Nam dạy.

Bây giờ, mỗi lần quay về Huế, trông thấy những cây đầy bông hoa đỏ tươi dọc sông Hương, tôi lại nhớ đến thời thi cử - vì lúc hoa phượng nở là mùa thi. Tôi nhớ lại những đêm thức suốt sáng để học bài thi.

18- Ở Huế, chỉ có hai trường Trung học Công lập, một dành cho nữ sinh và một dành cho nam sinh. Trường của chúng tôi là "Đồng Khánh" được đặt theo tên của một vị vua Việt Nam. Trường học của nam sinh là "Khải Định" được đặt theo tên của một vị vua Việt Nam khác. Sau đó, dưới sự cai trị của Cộng sản, trường được đổi tên là "Trưng Trắc" cho tới năm 1981 đổi thành "Hai Bà Trưng" - tên hai Nữ Anh Hùng của Dân tộc.

Lần đầu gặp lại người bạn cùng lớp Nguyễn Thị Tâm sau 60 năm qua

Nhà tôi ở đối diện với trường học, với sông Hương ở giữa. Trên đường đến trường, tôi cần phải hoặc đi qua cầu Tràng Tiền hoặc đi thuyền qua sông. Thỉnh thoảng tôi lỡ thuyền, phải đứng nghe tiếng chuông reo từ trường ra và biết rằng tôi sẽ bị muộn giờ học nhưng tôi không thể làm gì được.

Trường Đồng Khánh - Huế

Kiến Lửa

Một lần tôi định trốn học. Thông thường chúng tôi có bốn ngày học cả hai buổi và học nửa ngày vào ngày thứ năm. Một ngày thứ năm ấy, bạn tôi và tôi quyết định trốn học. Chúng tôi bàn nhau giấu sách vở vào một nơi, rồi đi bộ lên núi Ngự Bình[19]. Có một vấn đề chúng tôi rất lo ngại: Hai anh của chúng tôi đều ở lớp nhì của trường trung học, nghĩa là hai anh không có lớp học vào những giờ nhất định. Bất kỳ lúc nào, chúng tôi thấy người đàn ông trẻ đang đi xe đạp, chúng tôi phải nghiêng nón dấu mặt mình vì chúng tôi sợ đó là một trong hai anh của chúng tôi.

Cuối cùng, chúng tôi đến chân núi. Bất ngờ chúng tôi nghe những tiếng rất lớn như tiếng gầm của thú dữ[20]. Chúng tôi tưởng tượng có con thú dữ trốn sau những tảng đá. Sợ quá, chúng tôi chạy về trường, rồi phải đợi cho đến khi tan lớp mới đi tìm sách vở để về nhà. Bài học này làm tôi tự hứa: tôi sẽ không bao giờ trốn trường lần nữa.

19-Núi Ngự Bình là một trong những nơi chúng tôi thích; chúng tôi thường đến đó vào cuối tuần để ăn "bánh bèo", một loại bánh làm bằng bột gạo hấp với tôm khô.

20-"Những tiếng ồn lớn có lẽ là âm vang của một số lính thực hành bắn súng của họ," Tâm nói trong một cuộc phỏng vấn năm 2015. "Nhưng chúng tôi, với trí tưởng tượng thêm vào lúc tinh thần không yên ổn, chúng tôi cứ tưởng là có những con thú vật to lớn sau những tảng đá trên núi đã kêu ầm lên."

Đến năm học cuối cùng ở trường trung học, tôi vào ở trong ký túc xá vì thầy tôi chuyển đi thành phố khác. Ký túc xá ở trên tầng hai. Có hai dãy giường cá nhân hẹp cho học sinh, và một giường lớn cho cô giám thị.

Một đêm, khi cô giám thị đến giường của mình, tôi nghe tiếng kêu thất thanh và thấy cô giám thị nhảy lên nhảy xuống giũ quần áo của cô. Đèn trong phòng được bật lên. Cô giám thị giận dữ hỏi: "Ai làm thế này? Ai? Ai?"

Thì ra có một người bạn học hận cô giám thị này, đã bỏ kiến lửa lên màn của giường cô, nên khi cô kéo màn xuống, kiến lửa rơi khắp người cô. Chúng tôi có thể đoán là ai đã làm việc này nhưng chúng tôi không nói ra với cô giám thị. Kết quả là tất cả chúng tôi đều bị phạt không được phép ra ngoài vào ngày nghỉ cuối tuần đó.

Lớp học năm cuối (lớp 12) cùng cô Rerat là cô giáo chính, 1943 (Không hiểu tại sao tôi lại không có mặt trong tấm ảnh này?)

Đoàn Kết Và Tình Bạn

Năm cuối cùng ở trường trung học là năm vui nhất đối với tôi. Những người bạn từ hồi ấy, tôi vẫn liên lạc cho đến ngày nay. Các bạn học của tôi nay sống khắp thế giới: ở Pháp, ở Thụy Sỹ, ở Úc... Có lẽ tình bạn vào tuổi dậy thì được bền chặt vì vào tuổi ấy, chúng tôi cùng chia sẻ những mộng ước, những hy vọng về tương lai...

Tôi nhớ chúng tôi muốn ủng hộ đạo Phật vì đạo Phật bị chính quyền Pháp đàn áp. Để tỏ lòng ủng hộ, nhóm chúng tôi đến chùa lễ Phật và nghe thầy đọc kinh vào những sáng Chủ Nhật.

Có lần, một chị bà con của tôi cùng học tại trường bị bệnh quai bị (tại trường Đồng khánh, tôi có hai chị em họ học cùng trường). Chúng tôi biết với bệnh này, phải kiêng cữ, phải ở trong nhà hai hoặc ba tuần. Ba chị em chúng tôi quyết định cả ba đều bị bệnh cùng một lúc. Chúng tôi cọ má vào nhau. May thay cả ba chúng tôi đều bị bệnh. Vì thầy mẹ tôi ở xa, tất cả ba chúng tôi đến nhà của ông chú ở. Chúng tôi chỉ phải nằm trên giường ít ngày.

Thế là chúng tôi đã có hai tuần nghỉ học giữa năm học. Hai tuần, ba chị em chúng tôi tha hồ vui đùa cùng nhau!

*Buổi học cuối cùng, thứ Sáu ngày 21 tháng 5 năm 1943.
Tâm ở hàng cuối, thứ ba từ trái sang phải.*

Nho Lâm, tháng Bảy 2012.
(Ảnh: Christopher)

IV. Nho Lâm, Quê Làng Tôi

Khi thầy tôi về hưu, chúng tôi về quê sống ở Nho Lâm, quê làng tôi. Nho Lâm là một làng rất đặc biệt. Trước hết, Nho Lâm là một làng thợ rèn, rất nhiều vũ khí và dụng cụ gia đình được làm ở đây. Bây giờ, những gì còn lại của thời kỳ đó là nỉ sắt phủ trên đường.

Người dân Nho Lâm rất cần cù, khỏe mạnh và được giáo dục tốt (giống ông nội tôi, ông không chỉ được xem là học giả, mà còn là thợ rèn).

Nho Lâm, tháng Bảy 2012
(Ảnh: Christopher)

Cuộc Sống Ở Nho Lâm

Nho Lâm là nơi tụ họp của chúng tôi vào những dịp đặc biệt - như Tết âm lịch, hoặc những ngày lễ kỷ niệm khác.

Gia đình Đặng Văn chúng tôi là gia đình lớn. Với mười một người con, mỗi người con lại có bốn hoặc năm con. Khi tập hợp lại thành một nhóm rất đông. Tôi đã có rất nhiều kỷ niệm êm đẹp về thời gian đó.

Vào dịp Tết, chúng tôi tập họp ở nhà ông bà để chúc mừng năm mới ông bà. Sau đấy chúng tôi được ông bà cho những chiếc phong bì đỏ chứa tiền mừng tuổi (chúng tôi thường dùng tiền ấy để chơi các trò chơi, hoặc mua đồ ăn đặc biệt). Nhà của thầy mẹ tôi nằm xa khu phức hợp đó, nhưng là nơi để chúng tôi tụ tập nghe nhạc và chơi trò chơi.

Dậy Học Dân Làng

Khi sống ở Nho Lâm, tôi bắt đầu chương trình dạy dân làng biết đọc, biết viết. Qua việc dạy học, tôi trở thành bạn với nhiều người trong làng.

Có một trò chơi mà thanh niên nam nữ ở Nho Lâm thường chơi.

Dưới ánh sáng đêm trăng, một nhóm thanh niên nam đi ra đồng, và một nhóm thanh nữ theo sau. Mỗi nhóm đứng đối diện nhau trên cánh đồng. Các thanh nam bắt đầu hát đố các thanh nữ. Các thanh nữ đáp lại. Cuộc hát đối lặp đi lặp lại cho đến khuya. Tôi rất cảm phục những câu đối đi đối lại giữa hai bên nam và nữ. Những người dân này không biết đọc, biết viết, nhưng khả năng đối đáp lại rất là giỏi. Tôi ước rằng tôi có thể ghi âm được cuộc hát đối này.

Những ngày sống ở quê thật yên bình. Tôi rất quý những ngày sống bên thầy mẹ và em Dung của tôi.

Dung, Tâm, và Việt tại căn nhà xưa, bên cạnh người chủ bây giờ

Người chồng đầu tiên, BS. Nguyễn Tài Chất

V. Người Chồng Đầu Tiên của Tôi: Bác Sĩ Nguyễn Tài Chất

Cuộc Gặp Anh Chất

Anh Chất là sinh viên Y khoa ở Hà Nội. Anh quen thân với nhiều anh em họ Đặng Văn của tôi cũng là sinh viên ở Hà Nội. Anh có ý muốn gia nhập vào gia đình Đặng Văn. Anh quyết định đến thăm gia đình tôi để gặp tôi.

Khi lần đầu tiên anh trông thấy tôi, anh lo lắng vì anh không phải là người cao lớn, còn đối với một phụ nữ Việt Nam - tôi khá cao. Anh Chất vội nhìn vào tường nơi đầu tôi chạm đến, rồi tự kiểm tra độ cao xem anh có cao hơn tôi không (anh ta có cao hơn một tí).

Hứa Hôn

Ở Việt Nam, hôn nhân của người con gái thường được quyết định bởi cha mẹ. Trong trường hợp của tôi, khi anh Chất đến hỏi tôi, thầy tôi khuyên tôi đồng ý vì thầy tôi thích anh Chất và biết rằng anh Chất xuất thân ở một gia đình tốt.

Tôi rất quý mến thầy. Tôi nói thẳng với thầy hãy cho tôi thời gian để tôi hiểu biết anh Chất đã. Thầy tôi là một người rộng lượng và hiểu biết. Thầy xếp đặt cho tôi gặp anh nhiều lần. Sau khi tôi cảm thấy đã hiểu anh hơn, chúng tôi làm lễ hứa hôn. Mẹ anh Chất, một hôm đến thăm thầy mẹ tôi ở Nho Lâm, bà thấy ở đấy có nhiều nhà gạch (nhà ông bà và chú bác của tôi). Bà quyết định xây một ngôi nhà đẹp hơn nhà cũ để chuẩn bị cho việc cưới con trai bà.

Không nói với chồng và con trai, bà một mình xây nhà gạch, nhưng rồi bà bị bệnh. Anh Chất xin phép thầy mẹ tôi cho tôi đến Thanh Chương, quê làng của anh, để chăm nom cho mẹ anh.

Lễ Cưới (18 Tháng Tám 1946)

Ba năm sau, chúng tôi làm lễ cưới. Anh Chất đã học xong Y khoa. Đám cưới của chúng tôi rất đơn giản, vì vào thời kỳ chiến tranh. Tôi nhớ mẹ tôi cho tôi một số nữ trang - theo tập quán - nhưng sau khi thảo luận với anh Chất, tôi quyết định đưa lại cho mẹ tôi những nữ trang mà mẹ đã cho tôi. Tôi chỉ giữ một chiếc nhẫn. Tôi nghĩ rằng bây giờ thầy tôi đã về hưu, thầy mẹ không có nhiều tiền như xưa, tôi xin mẹ giữ những nữ trang ấy cho em Dung. Mẹ tôi rất cảm động về hành động của tôi.

Tôi quay về Nho Lâm ít ngày vì anh tôi, anh Việt, vừa lấy Lan Huê làm vợ. Tôi về nhà để giúp việc thu xếp cho Lan Huê ở trong nhà thầy mẹ tôi. Không may, đám cưới của anh Việt và Lan Huê đổ vỡ. Tôi rất buồn cho anh tôi.

Sau khi xa nhà hai ngày, cha chồng tôi nói tôi nên ra Hà nội với chồng tôi.

Tôi rất cảm kích cha chồng tôi. Ở quê làng của anh Chất, mọi người đi ra sông để tắm. Cha chồng tôi hiểu tôi là cô dâu trẻ sẽ bối rối khi ra sông. Khi quan khách đã đi hết, ông gọi anh Chất vào và bảo anh ấy làm một chỗ kín nhỏ cho tôi tắm. Cử chỉ ý nhị này làm cho tôi rất mến phục cha chồng tôi.

CUỘC SỐNG Ở HÀ NỘI (THÁNG TÁM - THÁNG MƯỜI HAI, 1946)

Anh Chất làm hai công việc. Buổi sáng, anh có nhiệm vụ ở bệnh viện quân đội, buổi chiều và buổi tối anh làm ở bệnh viện của anh rể tôi (BS. Quát).

TÍNH TIẾT KIỆM VÀ SỰ NGÂY THƠ

Chúng tôi sống trong một gian nhà bên cạnh bệnh viện của anh rể, BS. Quát. Phòng khách của nhà chúng tôi quá rộng và trống trải nên chúng tôi đặt một bàn bóng bàn trong phòng để chơi.

Bình đun nước của tôi rất nhỏ; tôi phải đun hơn một lần khi có khách. Tôi có bốn cốc thủy tinh. Tôi dùng hai cái để làm lọ cắm hoa - khi có khách đến tôi vội vàng đi rửa cốc để tiếp khách. U em nuôi tôi từ khi còn bé nay ở cùng với tôi. U em là người đã giúp tôi rất nhiều khi tôi mới lập gia đình. U dạy cho tôi nấu ăn, an ủi tôi khi tôi nhớ nhà. Để tiết kiệm tiền, U và tôi phải đi chợ xa thành phố mua đồ ăn bằng cách đi tàu điện.

Hàng tháng chúng tôi gửi một ít lương của anh Chất cho mẹ anh. Để đỡ đần thêm - mà không muốn cho anh Chất biết - tôi nướng bánh quy và bánh ngọt để bán cho hiệu bánh Pháp của người chị bạn tôi ở khu giàu có Hà Nội. Bây giờ nghĩ lại tôi ngạc nhiên không hiểu sao tôi có thể xoay xở bán được những bánh quy ấy. Có lẽ chị bạn thương hại tôi chăng? Vì còn nhút nhát, tôi phải nhờ anh Việt đi cùng. Tuy ngại ngùng, nhưng vì thương em, anh cũng bằng lòng đi bán bánh với tôi.

Anh Chất là một bác sĩ rất tận tâm và chu đáo. Anh làm việc chăm chỉ đến nỗi nhiều đêm bị mệt mỏi quá. Tôi còn nhớ anh vừa chợp mắt thì điện thoại reo lên. Tôi phải cân nhắc không biết có nên đánh thức anh hay không. Nhưng lại lo nhỡ có trường hợp khẩn cấp thì sao, thật là nan giải.

Anh Chất là một người chồng rất đáng yêu. Thường ngày anh thức dậy sớm đến bệnh viện để hái hoa cho tôi. Anh thậm chí đi sớm hơn người gác cổng (để tránh bị chòng ghẹo là đi hái hoa cho vợ). Anh Chất luôn che chở tôi. Một lần, tôi nhờ anh ghi tên tôi vào chương trình y tá, tưởng rằng tôi sẽ giúp anh trong công việc. Anh tránh né mãi ý kiến đó, cho đến khi tôi thúc ép anh mới trả lời. Cuối cùng anh nói rằng anh muốn giữ nét vô tư của tôi như vốn có, còn mọi việc ở đời để cho anh chăm lo. Anh có bao nhiêu hy vọng cho tương lai của chúng tôi, hy vọng và mơ ước cho dân tộc. Anh là người đứng đầu trong Hội sinh viên; anh là "người lãnh đạo" và tôi là "người đi theo".

Chúng tôi yêu nhau, nên tuy có cuộc sống giản dị, thanh đạm, nhưng chúng tôi rất hạnh phúc.

Tiếc rằng niềm vui của tôi với anh Chất chỉ ngắn ngủi có sáu tháng.

Chiến Tranh

Cuộc sống lý tưởng của chúng tôi bỗng nhiên chấm dứt vào tháng Mười Hai 1946.

Ẩn Nấp

Cuộc nổi dậy chống lại Pháp bắt đầu. Tháng Ba năm 1945, quân Nhật đã đến Việt Nam, dùng làm nơi nghỉ chân để chống lại quân Đồng minh.

Quân Nhật dự định chiếm toàn bộ Châu Á. Họ muốn giúp chúng tôi đuổi Pháp ra khỏi Việt Nam, nên họ đưa súng đạn cho chúng tôi.

Lúc ấy, tôi là một người vợ trẻ tuổi. Tôi và chồng tôi, một bác sĩ, sống ở phía sau bệnh viện nơi Chất làm việc. Cạnh bệnh viện chúng tôi là một trường Công giáo lớn.

Để chuẩn bị chiến tranh chống lại Pháp, chúng tôi tổ chức việc phòng vệ bằng cách đục thông tường nhà với nhau, chúng tôi hy vọng có thể liên lạc với nhau khi cuộc chiến bắt đầu.

Vào ngày 19 tháng Mười Hai năm 1946, lúc 9 giờ sáng, phát súng đầu tiên nổ. Chúng tôi không biết là lính Pháp đã dùng trường học làm nơi chỉ huy của họ. Chúng tôi nghe thấy nhiều tiếng súng. Nhiều người hàng xóm chạy vào nhà chúng tôi để ẩn náu. Họ nghĩ rằng Trung tâm y tế có thể là nơi tốt hơn để tránh. Chúng tôi mang những người bệnh vào nhà và để họ nấp dưới cầu thang. Một số bệnh nhân là những bà mẹ sắp sinh con, chúng tôi đặt họ nằm phía trước, và những người khác ở sau lưng.

Ngày hôm sau, một số lính Pháp bước vào nhà chĩa súng vào chúng tôi. May sao khi họ thấy những sản phụ, họ đi ra.

Di Tản

Biết rằng chỗ của chúng tôi không được an toàn, chồng tôi tìm cách đưa những người hàng xóm và bệnh nhân ra khỏi thành phố. Chúng tôi quyết định ra đi. Lúc đó, em họ tôi là Châu đang ở cùng chúng tôi. Sáng hôm sau, Châu là người đi ra đầu tiên. Rồi có tiếng súng nổ, nhưng may sao Châu được an toàn. Châu đến góc phố thì bị giữ ở đó cùng với một số người khác.

Chất, với áo y tế của anh và tôi mang túi chữ thập đỏ trên tay, chúng tôi ra đi chỉ đem theo một túi thuốc. Đi không xa nhà, tôi thấy một người lính Việt Nam bị thương, đang nằm bên đường, chúng tôi dừng lại. Tôi bắt đầu cởi áo anh ấy để chồng tôi xem xét. Hai tên lính Pháp ở một nhà gần đó bắn chồng tôi.

Lính Pháp và lính Nhật ở Việt Nam (Ảnh chụp tháng 11, 1945)

Tôi thấy anh ôm ngực kêu lên: "Tâm, anh bị trúng đạn." Tôi cố gắng giúp anh, nhưng anh bị chảy máu quá nhiều, rồi tôi ngất đi. Khi tỉnh lại, tôi kêu to: "Sao các ông lại bắn chúng tôi? Chúng tôi là nhân viên y tế!" Hai người lính Pháp đem chồng tôi vào một căn nhà gần đó.

Trong lúc bị cầm giữ trong trại, nhiều đêm tôi không ngủ được vì quá băn khoăn không biết anh Chất còn sống hay chết. Tôi không biết mình có thể làm gì cho anh?! Đây là một ân hận theo tôi suốt cuộc đời.

Mười Hai Ngày Thay Đổi Cuộc Đời

Vì có dấu hiệu chữ thập đỏ trên cánh tay của tôi, người Pháp nghĩ tôi là y tá nên giao cho tôi trách nhiệm trông coi một phòng cứu thương.

Tôi mới hai mươi tuổi.

Ngày hôm sau, có ba người phụ nữ được đưa vào phòng tôi. Những người này trước đây là gái điếm, bây giờ là vợ của những sĩ quan Nhật. Những người Nhật này không muốn đầu hàng lúc kết thúc Chiến tranh Thế giới thứ II, nên đã lấy vợ người Việt, mong là sẽ có thể ở lại Việt Nam (những sĩ quan này bị giam ở một phòng nhỏ ở dưới phòng của chúng tôi).

Tôi sống với ba người phụ nữ này trong mười hai ngày - từ 20 tháng mười hai 1946 đến mồng hai tháng Giêng 1947. Chúng tôi quen nhau. Ba cô chia sẻ nỗi đau buồn khi thấy tôi đã bị mất anh Chất, tôi hiểu sự lo lắng của ba cô về tương lai, về việc chồng họ bị bắt. Chúng tôi trở thành bạn thân. Họ cho tôi biết họ từ quê lên tỉnh định kiếm việc. Nhưng vì không có học thức và nghề gì nên họ phải làm gái điếm để gởi tiền về giúp gia đình. Tôi rất thông cảm với họ.

Việc ở với ba cô này trong mười hai ngày đã dạy cho tôi rất nhiều. Tôi cảm thấy nỗi đau của họ. Tôi nhớ một cô đã nói với tôi rằng giấc mơ lớn nhất của cô là có thể trở về làng quê, mua một mảnh đất cho bố, nhưng cô biết cô không bao giờ làm được việc đó vì bố cô không bao giờ nhận số tiền mà cô kiếm được bằng nghề gái điếm.

Tôi cảm thấy sự khổ tâm của cô ấy, và tôi biết rằng tôi đã sai lầm nếu tôi có định kiến về một người là "xấu" hay là "tốt" khi tôi chưa biết được nguyên nhân hành động của họ.

Tôi cảm thấy tự hào rằng trong mười hai ngày, tôi đã có thể dạy cho ba cô ấy biết đọc, biết viết tên của họ bằng cách dùng viên gạch viết trên sàn nhà. May thay tiếng Việt cũng dễ học. Ba cô có thể viết được tên mình và vài câu ngắn. Ba cô đã viết thư cho gia đình. Tôi cầu mong sao những bức thư ấy sẽ đến tay gia đình của họ.

Tôi cảm thấy những kinh nghiệm của mười hai ngày sống với ba người phụ nữ đó đã dạy cho tôi rất nhiều, và đã thay đổi hoàn toàn thái độ của tôi đối với những việc khác. Là một cô gái trẻ, tôi có thể có một trái tim nhân hậu, nhưng tôi chưa hề có kinh nghiệm về bất cứ một khó khăn thực sự nào trong cuộc sống. Nhưng sau việc đột ngột mất chồng, và sau khi gặp những người phụ nữ nói ở trên tôi đã thay đổi hoàn toàn quan niệm của tôi đối với người khác. Từ đây trở đi, tôi bỏ thói phán đoán người ta một cách hấp tấp và chấp nhận người khác với thái độ hiểu biết và khoan dung hơn.

Ảnh chân dung anh Chất

Thăm mộ anh Chất cùng anh Phong, Lương và hai cháu Tỉnh, Mạnh Giao

Tâm, cô giáo trẻ (1949)

VI. Cuộc Sống Của Tôi Sau Năm 1946

Khi mất anh Chất, tôi chỉ là cô gái trẻ, ngây thơ, hơn hai mươi tuổi. Tôi mới kết hôn cùng anh chỉ sáu tháng. Anh Chất hơn tôi bảy tuổi. Anh đã thu xếp cho tương lai của chúng tôi, nhưng anh mất đi quá đột ngột; tôi hoàn toàn mất chí hướng. May là tôi sống ở nhà anh chị Quát. Ở đó có em họ tôi - Châu và Lương - và anh Phong, anh của tôi. Sống giữa người thân là sự an ủi lớn cho tôi.

Một hôm, Châu và Lương tìm ra rằng anh Chất đã bị chôn vào một mộ tập thể. Châu và Lương xin phép chính quyền chôn anh riêng ra. Hai anh em đi tìm một quan tài, để tiền lại cho chủ nhà tang lễ (vì vào thời gian này chiến tranh còn lan tràn, nhiều người đã bỏ nhà, tránh đi xa). Châu và Lương đã tự tay chôn anh Chất. Nghĩ đến công ơn này, tôi không bao giờ quên được sự tận tâm giúp đỡ của Châu và Lương.

Khoảng thời gian này, cuối năm 1947 hoặc 1948, thầy tôi viết cho tôi một bức thơ nhưng tôi không nhận được bức thơ cho đến ngày tôi trở về Việt Nam vào năm 1969, em Dung đã đưa thơ này cho tôi. Tôi vô cùng cảm động. Bức thơ này là dây liên lạc duy nhất còn lại giữa tôi và thầy tôi. Tôi quý lá thơ này vô cùng. Thơ tuy ngắn nhưng đầy tình thương của thầy. Vắn tắt thầy tôi khuyên tôi nên tái giá. Thầy tôi viết: *"... Thầy rất đau buồn khi biết Chất - chồng của con đã mất. Con còn trẻ và chưa có con. Con không nên ở vậy quá lâu. Với tình hình chiến tranh, thầy mẹ không biết khi nào con có thể gặp lại... Nếu con tìm được ai đó thích hợp, con nên tái giá và không phải đợi sự tán thành của thầy mẹ..."*

Tôi cảm thấy tình yêu thương và chăm sóc vô bờ bến trong bức thư ngắn đó. Thầy đã đỡ cho tôi khỏi những tập quán truyền thống là cha mẹ phải ưng thuận cho hôn nhân của con gái. Thầy cho phép tôi tự quyết định cuộc đời mình.

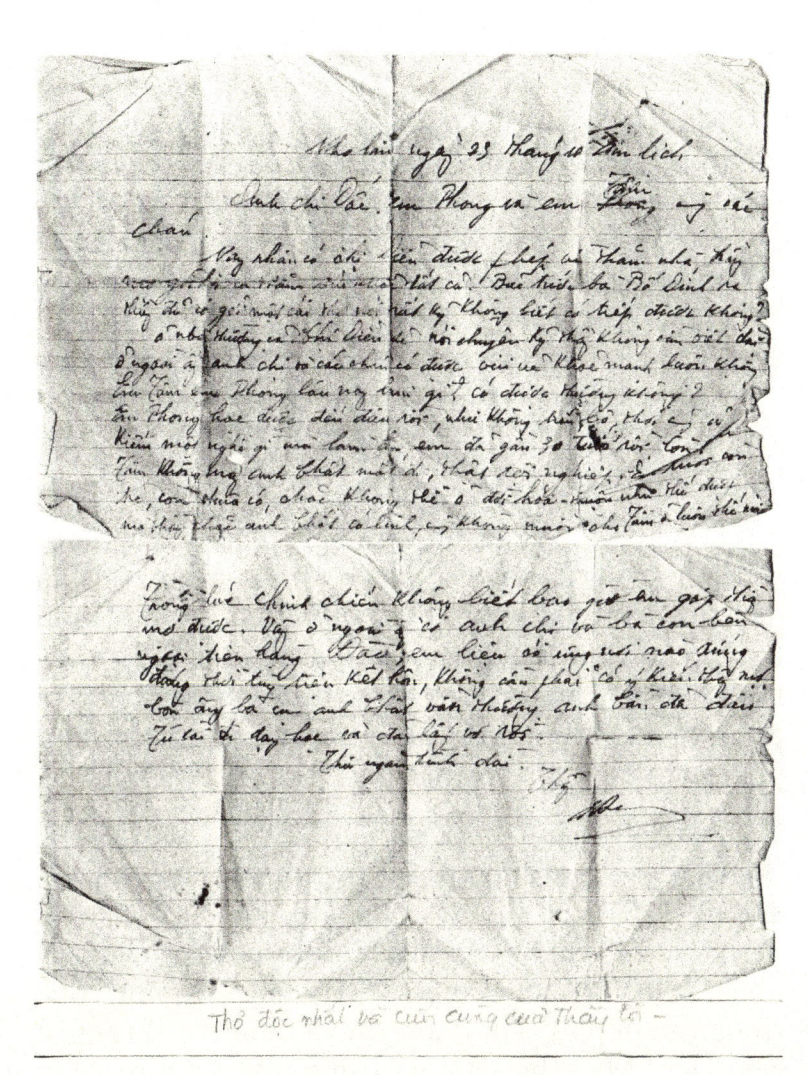

Bức thư cuối cùng của thầy tôi

Dạy Học

Một năm qua cho đến năm 1947, tôi mới bắt đầu hồi tỉnh lại và cảm thấy tôi phải làm một việc gì. Một hôm tôi đi qua một trường Công Giáo, *"Couvent des Oiseaux"*. Nhìn trẻ con đang chơi trong sân trường, tôi cảm thấy bị lôi cuốn bởi các trẻ em. Tôi đến gặp Mẹ Bề Trên, và tôi thú nhận tôi không có kinh nghiệm về dạy học nhưng tâm tôi đầy tình yêu thương với trẻ thơ, tôi mong được làm việc với các em. Mẹ Bề Trên cảm thấy lòng thành thật của tôi, đưa tôi vào lớp. Ngày hôm sau, tôi bắt đầu nghề dạy học.

Lớp học có 20 trẻ nhỏ với hai cô giáo. Các nữ tu sĩ rất tốt, nâng đỡ khuyến khích tôi và đã giúp tôi dần dần tìm lại được thăng bằng trong tâm hồn. Thỉnh thoảng tôi cảm thấy tâm không yên, một tu sĩ trông lớp hộ tôi và cho phép tôi được thư giãn một lúc. Tôi thích đi vào trong một nhà thờ nhỏ xinh đẹp. một phút nghỉ ngơi tìm lại thăng bằng trong tâm hồn.

Sau một năm, tôi cảm thấy các em này không cần đến tôi, một lớp với 20 trẻ em và hai cô giáo... Tôi nghĩ đến các trường công, lớp học rất đông học trò, có lẽ các em ấy cần đến tình thương yêu của tôi nhiều hơn. Tôi quyết định sẽ dạy học ở trường công trong thành phố. Tôi tham gia vào một kỳ thi tuyển giáo viên. May thay, tôi đã trúng tuyển với số điểm cao nhất.

Từ đấy tôi trở nên một giáo viên mới của trường tiểu học Thanh Quan ở Hà Nội.

Lúc này còn chiến tranh nên thành phố thiếu lớp học cho học trò. Lớp của tôi nằm trên hành lang dài đi vào chùa, một phòng vừa hẹp vừa dài với bức tường rất cũ kỹ. Lương, em họ tôi, cùng các bạn giúp tôi trang hoàng cho lớp học có vẻ ấm cúng hơn.

Ngày đầu tiên vào lớp, tôi quá ngạc nhiên, lớp tôi có đến gần 60 học trò - Từ một lớp học yên tĩnh, sạch sẽ với 20 học sinh đến một lớp ồn ào với 60! Thật là trái ngược, hơn nữa, vì lớp nằm vào đường đi vào chùa, người ra vào thường xuyên. Với tiếng chuông, tiếng thầy tụng kinh, làm cho tôi thấy khó mà dạy dỗ được, nhưng tôi rất mến các em, tôi tự hứa sẽ hết sức dạy các em này.

Hơn ba mươi năm sau, lần đầu tiên tôi về thăm Việt Nam, các học sinh trường tiểu học cũ đến thăm tôi. Các em tặng cho tôi chiếc áo có tên các em thêu trên ấy. Mặc dù đã qua một thời gian dài từ ngày tôi là giáo viên của các em, các em vẫn nhớ đến tôi. Tình thầy trò thật mật thiết. Theo văn hóa Việt Nam có câu: *"Trước là vua, sau là thầy rồi đến cha mẹ."* Thái độ tôn trọng và biết ơn thầy giáo là một đặc điểm quan trọng trong nền văn hóa Việt Nam. Tôi hết sức quý món quà của các em và rất cám ơn các em.

Vì quá ồn ào, tôi thường đưa các em đến công viên. Nhưng mỗi lần đi là một vấn đề. Vì phải qua đường, tôi phải dắt hai ba em đi qua đường một lần, rồi lại trở về đem các em khác qua đường. Việc này có khi mất năm mười phút mới xong. Tuy vậy khi đến công viên, các em được tự do đi lại.

Tôi rút kinh nghiệm tôi có thể dạy các em những bài học về toán hoặc học về các màu sắc hay biết chú ý đến những gì quanh mình. Sau một lúc, tôi đưa các em về lớp để ngồi yên học tập.

Tâm và lớp học ở Thanh Quan

Học sinh tập múa, chuẩn bị cho chuyến thăm cô nhi viện

Sau một năm, tôi chuyển về trường chính. Một việc tình cờ xảy ra làm thay đổi cuộc đời tôi. Chúng tôi có một con lợn đất ở trong lớp để tiết kiệm tiền vào dịp Tết, tôi đưa các em đến thăm một trại trẻ mồ côi và đem quà cho các trẻ em. Nhưng một hôm, tiền trong con lợn bị mất. Tôi quá thất vọng. Tiền này là của chung cả lớp, tiền chúng tôi phải làm việc cùng nhau để gom lại, bây giờ ai đã lấy mất.

Tôi đã quá ngây thơ và quá lý tưởng; tôi nghĩ tôi có thể thay đổi cả thế giới; tôi tưởng tôi đã trút tim cho đám học trò. Tôi nghĩ rằng chúng phải biết phải và trái.

Tôi nhận ra rằng tôi cần phải học hỏi nhiều hơn mới có thể thành một người giáo sư tốt. Sự nhận thức này là hạt giống cho giấc mộng của tôi khi muốn tiếp tục sự nghiệp giáo dục.

Giai Đoạn Tiếp Theo (1949-1952)

Khi tôi lập gia đình cùng anh Chất, tôi chỉ có bằng Trung học. Sau khi đi dạy học, tôi bắt đầu tự học để lấy bằng Tú tài I. Tôi lấy bài vở của Lương, em họ tôi. Lương là học sinh trường Chu Văn An ở Hà Nội. Khi đỗ xong Tú Tài I, tôi học thêm về Triết học với cha Cao Văn Luận và qua được phần Tú tài II về Triết học.

Khi không học tập, như những ngày cuối tuần, một số bạn của Lương và tôi thường đi xe đạp đến thăm chợ hoa hoặc nhà thờ gần đó. Hầu hết những ngày chủ nhật tôi đi thăm mộ anh Chất với một số học sinh của tôi.

Tôi may mắn có trí nhớ tốt và ham học. Tôi quyết định tiếp tục học thêm và bắt đầu tìm học bổng để đi học nước ngoài. Năm 1952, tôi tìm được hai học bổng, một ở Đại học Columbia ở NewYork, và một ở Geneve (Thụy Sĩ). Tôi quyết định đi Geneve vì học bổng này của chính phủ Việt Nam cho giáo viên. Hơn nữa tôi thích Thụy Sĩ hơn bất kỳ nơi nào khác vì tôi tin rằng nước này là một góc hòa bình trên thế giới.

Tôi giới thiệu học bổng ở Đại học Columbia cho Linh, bạn tôi, một quả phụ trẻ giống như tôi, và Linh được chấp nhận vào trường. Sau này Linh đã đỗ Tiến sĩ về Giáo dục... Khi Linh rời Việt Nam trước tôi, tôi gom góp hầu hết tiền tôi có giúp cho Linh. Nhưng khi đến lượt tôi ra đi, tôi không có đủ tiền. Chính sách của chính phủ Việt Nam lúc bấy giờ là trước khi xuất ngoại, tôi phải có 3.000 đồng trong nhà băng, có lẽ là để cam đoan có đủ tiền trở lại Việt Nam khi học xong. Tôi đắn đo không biết nên làm thế nào thì bỗng nhiên có ba chị bạn đồng nghiệp đến và đưa cho tôi một phong bì có 3.000 đồng. Ba bạn nói với tôi: *"Tụi mình không thể đi xa học được, Tâm đi học thay cho tụi mình."* Tôi quá xúc động vì hành động vị tha của các bạn - Ba người bạn này chỉ là giáo viên trẻ như tôi và đã hy sinh một số tiền lớn giúp tôi thực hành được ước nguyện. Suốt bao năm tôi sống ở Geneve hay ở Châu Á, hay ở Mỹ, tôi không bao giờ quên những lời của bạn tôi. Mặc dù trải qua bao thời gian khó khăn tôi vẫn cố gắng để khỏi phụ lòng tin của các bạn.

Sau 30, 40 năm xa cách, tôi trở về quê hương, chúng tôi gặp lại nhau. Tuy xa nhau hằng trăm nghìn dặm, tình bạn của chúng tôi vẫn bền chặt và mật thiết.

Ba bạn đồng nghiệp ở trường Thanh Quan đã giúp tôi tiền (để bảo chứng cho việc du học)

Những Bi Kịch Ở Nho Lâm

Trong những năm tôi sống xa thầy mẹ, nhiều bi kịch đã xảy đến với gia đình tôi ở Nho Lâm khi Cộng sản đã kiểm soát được Việt Nam.

Hai người chú bác tôi bị giết bởi Toà án quân sự, không có xét xử, không có bào chữa - đơn giản là hành quyết. Ban đầu họ để yên cha tôi, nhưng khi chính phủ mới chuyển ra Hà Nội, chính quyền địa phương bắt cha tôi không cần lý do và đưa cha tôi vào trại tập trung. Người mẹ yêu quý của tôi đã quá đau buồn uống thuốc ngủ để kết liễu đời mình.

Mẹ tôi, một người dịu hiền đã ra đi, mới 58 tuổi. Em Dung là người duy nhất ở nhà lúc đó. Hai năm sau, 1954, cha tôi được thả ra, không xét xử, không một lý do nào được đưa ra vì sao cha tôi phải ở tù. Nhưng vì bị giữ trong tù lâu nên cha tôi bị liệt vì thiếu ăn, huyết áp cao và không thuốc thang, cha tôi không thể đi được. Em Dung phải đưa cha về nhà.

Cha tôi mất khi 67 tuổi. Cha tôi đã phục vụ năm chế độ: dưới triều Vua, Pháp, Nhật, chính phủ Trần Trọng Kim, và thậm chí chính phủ Cộng sản. Cha tôi là một người được kính trọng nhất, được yêu mến vì tính cương trực, tính lương thiện và tình yêu sâu sắc của ông ấy đối với đất nước.

Em Dung đã qua một thời gian khó nhất, sống trong những hoàn cảnh như vậy, với cả cha lẫn mẹ đều đã ra đi khi em tôi còn đang trẻ.

HÀNH TRÌNH CỦA TÔI TỚI CHÂU ÂU

Đã đến lúc sắp lên đường, tôi từ giã gia đình, bạn bè, học trò rồi đến thăm mộ anh Chất, thắp nén hương cầu anh phù hộ. Tôi lo lắng tự hỏi: "Tôi đã sẵn sàng về việc này chưa? Tôi chưa bao giờ đi xa nhà, cho đến lúc này, hành trình xa nhất của tôi là từ Nho Lâm đến Hà Nội."

Nhưng bây giờ tôi không thể quay lại được nữa... Việc đầu tiên là mua vé đi Pháp. Tôi không có nhiều tiền, tôi phải mua vé máy bay rẻ nhất, tôi mua vé của hãng Air d'Azur, một hãng máy bay nhỏ đến nỗi không có quầy hàng ở phi trường chính.

Trên chuyến bay ấy, có một số lính Pháp quay về Pháp sau hai năm chiến tranh du kích với Cộng sản ở Việt Nam. Và cũng có một người Việt Nam, một nàng dâu trẻ vừa mới cưới một viên chức Pháp. Cô đi qua Pháp để ở với chồng. Cô rất lo ngại vì cô không biết tiếng Pháp nhiều và cô cũng sẽ gặp gia đình nhà chồng lần đầu. Cô có một áo dài nhung đẹp treo ở sau máy bay để sẵn sàng mặc khi gặp họ hàng nhà chồng.

Khi đang bay, tôi nghe một tiếng nổ lớn. Tôi đoán là từ lốp của máy bay. Chúng tôi đến gần sân bay Karachi, một sân bay gần biển. Chúng tôi rất lo lắng vì không có lốp, máy bay có thể bị trục trặc khi hạ cánh. Máy bay bắt đầu đáp xuống từ từ. Từ cửa sổ, tôi thấy một số xe chạy theo sau máy bay: xe cứu hỏa, xe cấp cứu, xe cảnh sát, và một xe cứu cấp người dưới biển. Tôi ngạc nhiên, không cảm thấy sợ hãi - chỉ tò mò trông theo những xe đằng sau. Tầu bay từ từ hạ xuống yên ổn. Khi phi công ra khỏi tàu bay, mọi người xúm lại mừng anh. Anh phi công đã cứu chúng tôi qua một tai nạn rất nguy hiểm.

Chúng tôi ra khỏi máy bay, hơi run một chút nhưng biết ơn vì đã sống sót. Tối hôm đó chúng tôi ở lại Karachi, vì máy bay phải sửa chữa.

Karachi là một thành phố rất đông đúc. Tôi mua một đồng xu vàng nhỏ, vì mọi người nói rằng Karachi là thành phố nổi tiếng về vàng. Ngày hôm sau, chúng tôi quay lại máy bay với sự kém tin tưởng vào máy bay này.

Chúng tôi đến Paris an toàn: máy bay đáp xuống sân bay Bourget, một sân bay nhỏ hơn Orly. Cô dâu trẻ người Việt Nam được chồng và toàn gia đình chồng ra đón. Cô rất vui mừng. Chồng cô, bay sau trên một máy bay quân sự, nghĩ rằng sẽ đến muộn một ngày sau cô ta, nhưng vì sự chậm trễ ở Karachi nên ông ấy đã đến trước kịp đón vợ ở Paris. Tôi rất mừng, mọi chuyện đều tốt đẹp cho cô dâu trẻ này.

Chẳng ai đón tôi - tôi rất buồn. Nhưng tới khi vào đến thành phố thì có em họ tôi, Châu, đang chờ tôi. Lý do không có người đón ở sân bay vì hôm ấy trời xấu nên Châu không biết giờ nào tàu bay đến. Tôi đến nhà thím tôi rồi ngủ một giấc dài. Ngày hôm sau, em họ tôi đưa tôi đi chơi quanh Paris.

Cảm giác đầu tiên của tôi đối với Paris không được tốt; tôi đang nhớ nhà, trời lại mưa bão nên thành phố Paris trông ảm đạm quá. Nhưng sau một thời gian, thành phố Paris dần dần trở nên một thành phố tôi yêu thích nhất. Tôi có rất nhiều kỷ niệm tốt đẹp ở thành phố này.

Sau này, tôi thường về Paris mỗi mùa hè ở nhà thím tôi. Có một năm, tôi dành cả một mùa hè đến Đại học Sorbonne để sưu tập tài liệu cho luận án của tôi ở thư viện Viễn Đông.

Hồ Geneva - Phân chia giữa Thụy Sỹ và Pháp

VII. Geneve, Thụy Sỹ

Cảm Tưởng Đầu Tiên Khi Đến Geneve

Khi mới đến Paris, tôi dừng lại ít ngày rồi đi Geneve. Tôi cảm thấy lạ lùng nhưng cũng rất náo nức. Đầu tiên tôi thuê một phòng trên tầng ba của gia đình bà Schneider, ở 41 phố Plantamour. Phòng của tôi có hành lang trông ra hồ Léman. Mấy tháng sau, một người bạn học từ thời Đồng Khánh, Quỳnh Châu, đến thuê phòng cạnh phòng của tôi. Chúng tôi chỉ thuê phòng thôi, nhưng bà Schneider cho phép chúng tôi được dùng bếp để nấu ăn.

Bà Schneider giao báo cho khách hàng nhưng bà để cho chúng tôi đọc trước. Một hôm chúng tôi bàn về một chuyện đăng trên báo, quên tắt lửa cho nồi thịt chúng tôi nấu. Tý nữa chúng tôi làm cháy cả nhà. Từ đó chúng tôi không được phép nấu nướng nữa.

Geneve là một thành phố đẹp bên hồ Léman.

Tâm ở cạnh hồ Léman

Thành phố chia làm hai phần, một phần là thành phố cũ, một phần là thành phố mới. Những con thiên nga bơi lội chậm chạp trên hồ và giữa hồ có một tia nước phun lên thật cao (người ở Geneve nói rằng hồ có đài phun nước cao nhất Châu Âu!)

Con Thiên Nga thật là đẹp với lông trắng xóa. Tôi chưa thấy thiên nga bao giờ nên lần đầu thấy một gia đình thiên nga với con bố bơi trước, sau là con thiên nga mẹ với đàn con nhỏ trên lưng, thật là một cảnh tượng ấm cúng, gần như để tượng trưng cho cảnh hòa bình của xứ này. Tôi nghe nói thiên nga làm bạn với nhau suốt đời.

Geneve nổi tiếng về đồng hồ Omega. Khi các bạn đến thăm Geneve, ai nấy đều muốn mua đồng hồ vì thế tôi trở thành người hướng dẫn cho họ. Thậm chí tôi được giảm giá 20% khi tôi mua đồng hồ Omega.

Tâm và bạn cạnh phòng Quỳnh Châu với thiên nga, 1952

Geneve cũng nổi tiếng về tòa nhà Liên Hiệp Quốc. Tòa nhà Liên Hiệp Quốc là nơi tụ họp cho nhiều nước. Mỗi phòng trong ngôi nhà được trang hoàng khác nhau tùy theo mỗi quốc gia.

Có nhiều cuộc họp quốc tế ở tòa nhà Liên Hiệp Quốc. Có một hôm, có một cuộc gặp quan trọng giữa tổng thống Mỹ và Nga. Tôi nhận thấy rằng trong tờ báo địa phương ngày hôm ấy, bài báo chính trên trang đầu là về con thiên nga mẹ vừa sinh con ở một góc hồ Léman, báo kêu gọi mọi người nên thận trọng để đừng làm phiền mẹ con thiên nga. Trong lúc ấy, những tin tức về buổi họp giữa hai cường quốc Mỹ và Nga thì ở một góc nhỏ trên trang đầu của tờ báo.

Geneve là một thành phố yên tĩnh, nhưng đối với những sinh viên trẻ như chúng tôi, Ba Lê và La Mã hấp dẫn hơn.

Các Mùa Ở Geneve Đầu Tiên Của Tôi

Geneve là một thành phố đẹp. Tôi thích ngắm các mùa thay đổi.

Tuyết Mùa Đông

Mùa đông năm đầu tiên tôi đến Thụy Sĩ, một hôm bạn tôi gọi tôi, bảo tôi trông ra cửa sổ. Tôi như bị thôi miên khi thấy bông tuyết rơi như hoa. Tôi vội ra hành lang cố bắt ít bông tuyết vào tay. Áo ấm của tôi màu đen, tôi ngạc nhiên nhìn kỹ lại những bông tuyết trên áo đen có hình dáng khác nhau. Tôi nắm một ít tuyết vào phòng mong rằng có thể giữ lại ít tuyết trong phòng. Sáng hôm sau, nước chảy tràn lan ra cả thảm. May là bà Schneider, bà chủ nhà, không giận tôi, chỉ cười thấy tôi quá ngây thơ đem tuyết vào phòng.

Mùa Xuân: Sắc màu và Hương Thơm

Một buổi sáng mùa xuân, đi qua công viên, tôi để ý thấy có rất nhiều hoa màu vàng rất đẹp phủ đầy cỏ hai bên đường. Tôi đang ngắm hoa thì thấy một máy xén to lớn đang lăn trên cỏ cắt hết những hoa vàng xinh đẹp. Tôi chạy theo người lái xe, hỏi: "Vì sao anh lại cắt những bông hoa đẹp đó?" Anh ta cười, rồi giải thích cho tôi rằng "những bông hoa" này là cỏ loại xấu gọi là *dandelion*.

Tôi rất yêu hoa. Một hôm, bạn tôi lái xe đưa tôi lên núi. Hằng trăm nghìn hoa thủy tiên trắng xen với những hoa vàng tươi, một cảnh đẹp tôi chưa bao giờ được thấy. Tôi quá cảm động, nhẹ bước vào vườn hoa, cố sức đi rất nhẹ nhàng vì tôi sợ dẫm lên những bông hoa thanh nhã ấy.

Tôi hái một nhóm hoa đưa về phòng, tiếc thay hương thơm của hoa quá mạnh nên tôi phải đem hoa ra ngoài hành lang.

Tâm đang vui đùa trong tuyết ở Megève, Pháp, 1953

Tâm với hoa ở Geneve, 1953

LÁ MÙA THU

Mùa thu đến, tôi không ngờ lá mùa thu đẹp như vậy. Lá cây đủ màu sắc, vàng xen lẫn với đỏ xanh, tôi có cảm tưởng như một tiên nữ đã rắc đủ màu sắc rực rỡ lên cây.

Tôi chụp rất nhiều ảnh; tiếc thay, tôi là một sinh viên nghèo nên chụp toàn đen và trắng, không có màu như lá mùa thu.

Tâm và bạn Mão với lá mùa thu, Geneve 1953

Học Viện Giáo Dục

Cuộc đời sinh viên của tôi bắt đầu.

Học viện Giáo dục (một phần của Đại học Geneve) là một trường quốc tế, bạn cùng lớp với tôi đến từ khắp trên thế giới. Sau khi sống một thời gian ở Geneve, tôi bắt đầu nhận thấy sự khác biệt về văn hóa của các bạn cùng lớp với tôi. Tuy nhiên, đấy chỉ là ý kiến riêng của tôi. Ví dụ, người Thụy sĩ có vẻ bảo thủ hơn trong khi người Pháp tự do hơn, người Ý thì sôi nổi trong khi người Anh thì trầm mặc hơn.

Giáo Sư Jean Piaget

Jean Piaget, Circa 1968

Giáo sư của tôi ở Geneve là nhà tâm lý học nổi tiếng, ông Jean Piaget. Lúc đó tôi chưa biết ông là người nổi tiếng. Sau đây, tôi mới biết rằng tôi đã rất may mắn có ông là giáo sư chính trong những năm tôi học ở Geneve. Giáo sư Piaget đã dạy tôi cách phân tâm, quan sát một cách khách quan (hai thái độ tôi dùng nhiều sau này trong nghề của tôi). Nhận xét một cách khách quan không phải là dễ, vì mỗi một người ai cũng có những ý thức, những thành kiến riêng của mình. Muốn vượt qua những thành kiến ấy để có thể xét đoán một cách khách quan, phải tự xét đoán một cách thành thật với tâm trí mình đã có những thành kiến gì và cố vượt qua thì mới có thể nhận xét một cách khách quan.

Giáo sư Piaget là nhà tâm lý học đầu tiên, chuyên về sự phát triển khả năng hiểu biết của trẻ khi ông nhận xét về con của ông. Ông chú trọng sự phát triển về hiểu biết là do ảnh hưởng của mọi môi trường như ảnh hưởng của xã hội, của bản thân. Đối với tôi, tôi tin như vậy là đúng. Nghiên cứu về đời sống của trẻ em mồ côi trong cô nhi viện có trí tuệ thông minh hơn khi các em được có người chăm sóc hơn là những trẻ em không có người trông nom.

Lớp mẫu giáo kiểu mẫu

Trước trường ĐH Geneve

Một câu chuyện tôi thường nghe các bạn ở trường nói lại về một sinh viên không qua được kỳ thi cuối cùng để tốt nghiệp. Giáo sư Piaget mời anh ấy đến nhà ăn cơm. Trong bữa cơm, giáo sư hỏi qua những câu hỏi trong bài thi. Anh ấy trả lời rất đúng. Giáo sư Piaget họp các giáo sư chấm thi lại, kể cho họ nghe và bằng lòng cho anh ấy được tốt nghiệp. Thì ra nguyên do vì hôm thi, anh có một tin buồn ở nhà nên tâm trí rối loạn... Câu chuyện này là một ví dụ về thầy giáo Piaget là một thầy giáo rất quan tâm và rộng lượng với học trò ông.

Giáo sư Piaget ở về phía thành phố cổ của tỉnh Geneve. Ông thường đạp xe đạp qua cầu Mont Blanc đến Học Viện. Cảnh sát tỉnh Geneve rất kính trọng ông nên dừng xe cộ lại để cho ông qua cầu trước. Hằng tuần ông lấy tàu hỏa qua Paris để dạy tại trường Sorbonne.

Lớp học của ông bao giờ cũng rất đông học trò, không phải chỉ sinh viên về giáo dục mà cả sinh viên các môn khác đến dự.

Sau mỗi lớp học, tôi cùng hai ba bạn học họp nhau lại để cố phán đoán những gì ông đã dạy hôm ấy.

Năm Thứ Nhất

Trong năm thứ nhất của tôi, tôi chuyên học về giáo dục trẻ thơ. Giáo sư của tôi là cô Du Parc, một giáo sư tôi rất quý mến. Cô rất thích văn hóa của chúng tôi, vì thế thế tôi quyết định làm luận văn năm đó về chuyện cổ tích Việt Nam, để nhớ ơn cô giáo: cô Du Parc.

Tâm với Mademoiselle Du Parc

Tôi có ý định nghiên cứu nguồn gốc của chuyện cổ tích tại Scotland, nhưng vì thiếu tiền và thì giờ, nên tôi chỉ qua Paris trong một mùa hè, đến thư viện Viễn Đông ở trường Sorbonne khảo cứu về chuyện cổ tích của Việt Nam.

NĂM THỨ HAI

Trong năm thứ hai, tôi theo học về khoa sư phạm. Thầy giáo của tôi là ông Dottrens. Tôi tập sự dạy học ở các trường tiểu học trong thành phố Geneve. Tôi nhớ có một lần tôi soạn bài giảng về con thiên nga và các chim khác cho một lớp trẻ thơ ở phòng thí nghiệm của trường mẫu giáo. Tôi đến bảo tàng của thành phố Geneve mượn những quả trứng đà điểu, trứng cun cút và trứng vịt, để giúp các em so sánh các cỡ trứng khác nhau. Bảo tàng đã rất độ lượng cho phép tôi mang những quả trứng đó về trường.

Tôi quên rằng các trẻ em ở Geneve đã rất quen với những con thiên nga trên hồ Léman. Các em không để ý gì về bài học tôi đã soạn này. Đấy là một bài học cho tôi trong nghề dạy học về sau. Tôi phải chú trọng tới sự cần biết và thích thú của học sinh hơn là theo ý của mình. Tôi cũng học thêm được là phải nói to hơn như khi tôi thường theo thói quen (phụ nữ Việt Nam đã có thói quen nói rất nhỏ nhẹ) để học sinh có thể chú ý hơn.

Năm Thứ Ba

Cuối cùng vào năm thứ ba của tôi, tôi làm việc dưới sự điều khiển của giáo sư Piaget. Trước hết, tôi lấy lớp học về sức khỏe tinh thần, thực tập ở bệnh viện sức khỏe tinh thần, và có bằng về môn này. Sau đấy, tôi nghiên cứu sự phát triển về sự hiểu biết của trẻ em ở các trường tiểu học, dưới sự hướng dẫn của giáo sư Piaget và giáo sư Inhelder.

Sau ba năm rưỡi ở Geneve, tôi có bốn bằng: giáo dục trẻ thơ, sư phạm học, sức khỏe tinh thần, và tâm lý học. Tôi đã học xong được bằng Tiến sỹ trong 3 năm rưỡi trong khi thường lệ là phải 5 năm.

Nền Học Vấn Của Tôi

Làm việc gần giáo sư Piaget trong năm cuối là một kinh nghiệm quý nhất trong nền học vấn của tôi ở Geneve. Giáo sư Piaget đã mở mang trí óc và tâm trí của tôi, giúp tôi hiểu biết nhiều hơn về bản chất con người, Piaget là một giáo sư có danh tiếng, tôi rất may mắn đã được ông dẫn lối cho sự nghiệp sau này của tôi.

Ngoài giáo sư Piaget, một giáo sư thứ hai là cô Germaine Duparc, giáo sư dạy về môn Giáo dục Trẻ thơ. Cô rất dịu dàng, hiền hậu và rất quan tâm đến chúng tôi, một nhóm sinh viên Việt Nam. Tôi còn nhớ vào dịp Tết, cô thường gởi một bó hoa anh đào cho chúng tôi vì cô biết hoa anh đào là tượng trưng cho Tết ở Việt Nam. Cô Duparc là một giáo sư tôi vẫn giữ liên lạc trong nhiều năm sau khi đã cư trú ở Mỹ.

Tóm lại, tôi rất may mắn được qua Thụy Sĩ du học. Tôi học hỏi được rất nhiều và được sống những ngày rất bình thản ở nước này.

*Tâm với hai bạn Quỳnh Châu và Mão
trước toà nhà Liên Hiệp Quốc tại Geneve*

NHỮNG KINH NGHIỆM KHÁC Ở GENEVE

Tôi có nhiều kỷ niệm yêu thích khi ở Thụy Sĩ. Tôi nhớ lại mùa hè đầu, bạn Thảo và tôi đã đi quanh nước Thụy Sĩ cho đến lúc hết tiền, chúng tôi trở về nhà ở Geneve. Lúc ấy chúng tôi biết rằng cần phải có giấy phép đi thăm các nước khác và chúng tôi đã quên sửa soạn trước nên chúng tôi chỉ có thể đi trong nước Thụy Sĩ thôi.

Học bổng của tôi do chính phủ Việt Nam cấp cho chỉ đủ trang trải một nửa cho cuộc sống của tôi, tôi sống sót được là nhờ sự giúp đỡ của Lương và Châu, hai em họ của tôi. Có lúc tôi chỉ đủ tiền mua bánh mì để ăn, cũng may là bánh mì Pháp rất ngon.

"NGƯỜI BÌNH THƯỜNG"

Tôi có một chị bạn cùng lớp tên là Heidi. Heidi đang dự định đi qua Lào với người chồng sắp cưới để làm việc giáo dịch Kinh Thánh. Cha mẹ Heidi tưởng rằng người Lào là một giống người man rợ. Để cho cha mẹ yên tâm, Heidi mời chúng tôi đến nhà cô ấy ở Interlaken mong chứng tỏ rằng chúng tôi là người "bình thường". Mặc dù chúng tôi không phải là người Lào, nhưng chúng tôi là người Á Đông. Sau khi cha mẹ Heidi gặp chúng tôi, cha mẹ Heidi thấy chúng tôi cũng là người "bình thường". Kết quả là một năm sau, Heidi cùng với chồng, đã lên đường qua sống ở Lào nhiều năm.

Mỗi mùa hè, tôi đến nước Anh để học tiếng Anh, tôi đổi phòng tôi ở Geneve với Lan, bạn tôi ở Cambridge.

Trong hành trình đầu tiên của tôi từ London đến Cambridge, tôi lên tàu hỏa và nghĩ rằng sẽ đến Cambridge lúc bốn giờ chiều. Tôi chưa thạo tiếng Anh. Tôi đã sửa soạn đem theo địa chỉ trường học và địa chỉ của nhà Lan. Bốn giờ đến, nhưng tàu hỏa không dừng. Một người hành khách cùng trong toa thấy tôi hốt hoảng. Khi tôi đưa cho ông ấy hai địa chỉ tôi đã viết ra giấy, ông ấy cho biết là tôi đã lên nhầm tàu. "Tầu này đi Manchester, không đi Cambridge," ông ấy nói.

Ông quyết định giúp đỡ tôi. Ông leo ra khỏi toa đến đầu tàu hỏa giải thích tình trạng của tôi với người lái tàu. (Những toa tàu hỏa bên nước Anh không liền vào nhau như tàu hỏa ở nơi khác, mỗi một toa là riêng biệt nhau.) Người lái cho tàu dừng lại ở một thị trấn nhỏ để tôi xuống - vì Manchester rất xa Cambridge. Tôi vào trong nhà ga, đến phòng thông tin và được cho hay rằng ngày hôm sau mới có tàu đi Cambridge. Cô thư ký làm ở phòng thông tin thấy tôi là sinh viên nên đưa tôi về nhà để nghỉ đêm với cô ấy.

Ngày hôm sau, cô đưa tôi đến người lái tàu căn dặn rằng tôi sẽ đến Cambridge. Lần này tôi phải đổi tàu hai lần. Nhưng ở mỗi ga, người lái tàu đã gọi trước, vì thế có một người sẵn sàng dẫn tôi tới tàu bên cạnh. Tôi rất cảm động sự chăm sóc ân cần của những người làm việc tại ga ấy - đặc biệt là cô thư ký đã đưa tôi về nhà, đã tiếp đãi tôi bữa cơm chiều, và thậm chí còn cho tôi một cuốn từ điển tiếng Anh nhỏ và một bông hoa bằng sứ rất đẹp! Tôi không bao giờ quên những hành động tốt của những người xa lạ này. Hành động này đã sưởi ấm lòng tôi khi biết rằng có rất nhiều người tốt trên thế giới.

Trong ngày nghỉ lễ Phục Sinh, tôi đi thăm các trường học ở Bỉ, Ý, và Đức, với một cặp vợ chồng người Hy Lạp cùng học một lớp với tôi. Khi đến nước Đức, chúng tôi quyết định đi thăm tượng nhạc sĩ Beethoven. Chúng tôi hỏi đường đi với một cặp vợ chồng già chúng tôi gặp trên xe bus. Hai cụ già cố gắng giải thích đường đi, nhưng họ thấy chúng tôi không hiểu gì cả. Rồi họ quyết định đi cùng với chúng tôi và đích thân chỉ cho chúng tôi đến xem tượng Beethoven - rồi họ đưa chúng tôi quay về chỗ cũ.

Một lần nữa: người tốt có thể gặp bất kỳ ở đâu và bất kỳ nơi nào.

Trong hành trình đó, bỗng nhiên trời trở lạnh - tôi không đủ tiền để mua một áo khoác ngoài hoặc áo len dài tay. Có người bảo tôi đặt tờ báo bên trong quần áo của mình cho ấm. Thật vậy, tờ báo làm tôi đủ ấm nhưng khi đi lại, báo trong người đụng chạm vào nhau thành có tiếng sột soạt hơi to. Tôi nghĩ thầm chắc các em trong lớp tôi đến thăm ngạc nhiên nghe tiếng sột soạt đó khi tôi bước vào phòng học của họ.

Tin Tức Từ Việt Nam

Trong năm 1954 có một hội nghị quan trọng ở Geneve về việc phân chia Việt Nam thành hai phần: Miền Bắc cho Cộng sản và Miền Nam thuộc về chính phủ Việt Nam Cộng Hòa. Tôi không có tin tức hay tiếp xúc với cha mẹ tôi từ 1946. Một người chú của tôi ở trong phái đoàn, nên tôi đi gặp chú để biết tin tức. Chú tôi cho biết là thầy tôi đã bị bắt vào tù - nhưng không nói cho tôi biết là thầy mẹ tôi đã mất, có lẽ để tránh cho tôi bị quá xúc cảm trong khi đang ở nước ngoài một mình.

Mang Lén Thảo

Tôi nhớ đến một chuyện rắc rối dính líu đến Thảo, người bạn thân của tôi.

Một hôm cha Thảo đến Geneve thăm con, thấy Thảo yêu một thanh niên trẻ nhưng ông không tán thành. Ông muốn chia rẽ đôi trẻ - ông đưa Thảo về Paris lấy cớ để làm giấy phép (visa) đã hết hạn cho Thảo, nhưng thật ra ông muốn đem Thảo về Việt Nam.

Hai bạn của Thảo, Lan và Thanh, cùng với tôi quyết định phải đem Thảo trở lại Geneve một hôm để ít nhất là cho Thảo có thể chào các bạn cùng lớp và thầy giáo trước khi đi.

Chúng tôi lái xe đến Paris và đem Thảo đi. Chúng tôi đưa Thảo đến Annecy, một tỉnh của Pháp gần biên giới Thụy Sĩ. Chúng tôi chờ đến khi trời tối, phủ chăn lên Thảo, rồi lái về Geneve. Chúng tôi đã thành công đi qua biên giới và cho Thảo có một ngày với bạn bè. Thảo tạm biệt cùng thầy giáo và các bạn.

Tâm và Thảo

Tối hôm sau chúng tôi lại giấu Thảo đem Thảo trở lại Paris. Bây giờ, nhìn lại việc đó, chúng tôi có thể bị vào tù - những người lính gác biên giới Thụy Sĩ có tiếng là những người lính gác giỏi nhất. Có lẽ chúng tôi có vẻ quá ngây thơ nên đã làm được việc này.

Sau đó, Thảo quay về Việt Nam.

QUAKERS VÀ BÓNG MA

Năm thứ hai ở Thụy Sĩ, tôi đổi đến một phòng rẻ hơn: một phòng trên tầng thượng của hội Quakers ở Geneve. Phòng có một cửa sổ tròn, tôi có thể nhìn thấy núi ở xa rất đẹp.

Tôi có đi dự một vài buổi họp của đạo giáo Quakers, tôi thích chủ trương của họ về hòa bình, về giúp đỡ những nước kém mở mang.

Một buổi tối, tôi đi coi phim "Bóng ma trong nhà hát". Khi về đến nhà, lúc đêm muộn, tôi trông ra ngoài cửa sổ nhỏ tròn của tôi, tôi rất sợ hãi khi nghĩ đến bộ mặt ma quái trong phim. Tôi không thể ở lại trong phòng mình, nên tôi chạy đến nhà một người bạn, ngủ với các em nhỏ con của bạn tôi.

Phòng tôi quá rộng, có lúc làm tôi sợ hãi nên tôi phải dùng khăn trải giường để ngăn phòng làm hai.

SỬA SOẠN CHO ĐƯỜNG ĐỜI

Sau khi học xong, tôi phải quyết định phải làm gì trong đời tôi. Tôi quyết định đi Mỹ. Người bạn cùng lớp cho tôi một vài địa chỉ để liên lạc vào khi tôi đến Mỹ, họ sẽ đón tôi.

Tôi có một số bạn như Ly đang học ở Mỹ. Ly giới thiệu với tôi Cha Jacques, người thường thu xếp cho các sinh viên Việt Nam đến các trường của Mỹ. Cha Jacques giúp tôi được một học bổng ở Đại học Marian, một trường Công Giáo ở Indiana.

Nhớ Lại Geneve

Nhìn lại những kinh nghiệm ở Geneve, tôi đã học được những gì? Tôi cảm thấy như tôi đã trưởng thành hơn, biết tự tin hơn và biết tự chăm sóc mình. Tôi cảm thấy tôi có thể quản lý tài chánh và những nhu cầu giáo dục của mình và biết làm cân bằng cuộc sống cho mình.

Trước đây, tôi đã được chăm sóc đầy đủ, vì tôi là đứa con trẻ nhất trong gia đình (cho đến khi Dung ra đời sau bảy năm). Luôn luôn tôi có chị hoặc chị dâu ở nhà. Thậm chí tôi không phải mua quần áo cho mình, cho đến ngày tôi lập gia đình với anh Chất.

Suốt thời gian ở Geneve, anh Chất bao giờ cũng ở trong tâm hồn tôi. Tôi là một quả phụ trẻ, các bạn tôi thường muốn "làm mối" cho tôi những người đàn ông trẻ. Nhưng trong tim tôi không bao giờ nghĩ đến. Tôi không muốn tái giá. Vì gần như suốt mười năm qua, tôi vẫn xem anh Chất là chồng tôi. Trong khi sống ở Geneve tôi đã gặp và tiếp xúc với nhiều người, tôi phải tìm cách sống trong hoàn cảnh mới. Tôi cảm thấy tôi đã thành đạt việc học tập của tôi trong ba năm rưỡi thay vì năm năm. Tôi tin tưởng những kinh nghiệm và sự trưởng thành của tôi có được trong thời gian ấy là một tài sản rất quý cho tôi, cho đến tận ngày nay.

Hồ Léman - Thụy Sĩ

Chicago 1954 (Ảnh: John McNab)

VIII. Hành Trình Đến Mỹ Của Tôi

Hành Trình Trên Tàu Thương Mại

Tôi gửi hầu hết sách của tôi về Việt Nam. Lúc đó Việt Nam chia đôi thành Bắc và Nam nhưng tôi không biết sách của tôi đã trôi dạt về đâu. Tôi chỉ hy vọng là có một ai đó có thể dùng được những sách ấy.

Tôi không có đủ tiền để mua vé máy bay, vì thế tôi viết thư đến công ty buôn bán đường biển, một hãng mà Châu đã làm việc để hỏi xem có tàu nào đi Mỹ. Thư trả lời đến: "Tàu chở hàng sẽ khởi hành từ Armsterdam, Hà Lan." Gía vé là 200 đồng (franc) trong lúc ấy tôi có khoảng 400 đồng. Tôi đến Armsterdam, tôi mới biết tôi là hành khách duy nhất - mà lại là phụ nữ - trên con tàu đó. Tôi tuy lo lắng, nhưng cũng tò mò. Khi lên tàu, tôi nghĩ đến mẹ tôi, không biết mẹ sẽ nghĩ sao!

Mấy đêm đầu, tôi hơi sợ, tôi chặn va-li ở cửa phòng tôi. Nhưng tôi nhận ra rằng ông thuyền trưởng rất bảo vệ tôi. Đến bữa cơm, tôi ăn với ông ta và ông trưởng máy tàu. Những nhân viên trẻ trên tàu đều là những người đàn ông có gia đình, nên họ đối xử với tôi như em gái. Thậm chí ông bếp trưởng còn mời tôi đến bếp để dạy cho tôi cách làm bánh mì Pháp và các món ăn.

Sau một tuần, tàu dừng lại ở Newfoundland để lấy một ít gỗ, rồi tiếp tục lên đường đến Mỹ.

Tôi không biết tàu cập bến ở thành phố nào nhưng tôi nhớ là giá thuê xe từ đó đến New York là 25 Mỹ kim.

Đến Mỹ là một kinh nghiệm hãi hùng so với bên Châu Âu. Tiếng Anh của tôi còn hạn chế nên tôi biết mọi thứ đều sẽ lạ lùng đối với tôi.

Khi tàu từ từ cập bờ, tôi đứng trên thuyền thấy ba người Việt Nam đang đợi tôi. Thì ra chị bạn cùng phòng với tôi ở Geneve đã viết thư cho bạn của chị ra đón tôi. Tôi vừa mừng vừa cảm ơn chị bạn đã có nhã tâm như vậy. Sau đấy, ba người đưa tôi đến nhà Quốc Tế ở New York, tôi gặp vài người Việt Nam khác.

TRƯỜNG MARIAN

Sau khi nghỉ ngơi vài ngày, tôi lấy xe lửa về Chicago, rồi về Indianapolis. Trường Marian cho tôi học bổng bốn năm. Nhưng trường này chỉ dạy đến cấp Cử nhân mà tôi thì đã có bằng Tiến sĩ nên tôi từ chối để họ có thể cho một sinh viên Việt Nam khác. Trường rất đẹp, và các nữ tu chào đón tôi rất niềm nở. Tôi ở lại trường Marian chừng một tháng, và trở thành cựu sinh viên của trường.

Một việc lý thú xảy ra trong một tháng tôi ở trường Marian. Heidi - một sinh viên đề nghị tôi đi "cặp hẹn" với cô ta. Ở Việt Nam, chúng tôi không có tập quán "cặp hẹn" như ở Mỹ.

Chúng tôi có bạn trai, nhưng không "cặp hẹn" (date). Vì nể Heidi, tôi nhận lời, không hiểu đi "date" là gì. Tối hôm ấy, người bạn trai của Heidi dẫn đến một thanh niên Nhật Bản. Thật là một kinh nghiệm lạ lùng, khó xử cho tôi, và có lẽ cho anh ta nữa. Hai chúng tôi không biết nhau nên không biết ăn nói làm sao trong lúc Heidi và anh bạn trai rất thân mật với nhau. Đó là lần đầu tiên và cũng là lần cuối cùng của tôi đi "date".

Lâu đài Allison ở Cao đẳng Marian (giờ là Đại học Marian) 2011

Tâm và Wei hôm Ngày Cưới

TS. Lun-Shin Wei (ảnh chụp năm 2006)

IX. Chồng Tôi, TS. Lun-Shin Wei

Gặp Gỡ

Một người bạn Việt Nam, anh Trương Đình Phú giới thiệu tôi đến thăm Đại học Illinois ở Urbana. Phú đã học xong và sẽ trở về Việt Nam.

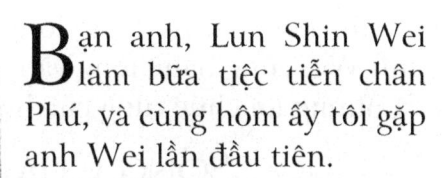

Bạn anh, Lun Shin Wei làm bữa tiệc tiễn chân Phú, và cùng hôm ấy tôi gặp anh Wei lần đầu tiên.

Từ lúc gặp anh Wei, chúng tôi cảm thấy mến nhau. Anh Wei là một người rất đàng hoàng, đẹp trai, và để ý đến tôi. Anh đang cần một người giúp anh về tiếng

Pháp vì trong chương trình Tiến sĩ của anh, anh cần hai ngoại ngữ mà anh đã thông thạo tiếng Nhật vì vậy anh nhờ tôi giúp anh. Anh đưa bài dịch cho tôi sửa chữa (lúc đó tôi đang ở Chicago). Do đấy là bắt đầu cuộc tình duyên của chúng tôi với nửa thế kỷ chung sống với nhau.

Anh Wei là một người rất kiên nhẫn. Trong lúc ấy, tôi đang ở trọ ở một nhà dành riêng cho sinh viên Cao học trên đường Nevada, tỉnh Urbana.

Phòng tôi ở trên tầng thứ ba, trong lúc điện thoại sử dụng chung thì ở tầng hai. Anh Wei thường gọi tôi hai, ba lần mỗi ngày. Tôi cảm thấy ngượng ngùng vì khi anh gọi một người ở tầng hai phải lên gọi tôi xuống. Tôi phải nói với anh nên ít gọi hơn.

Ít lâu sau, anh Wei xin cưới tôi. Tôi rất cảm động. Tuy nhiên tôi không thể nhận lời khi chúng tôi chưa xin phép gia đình. Anh Wei gọi gia đình anh ở Đài Loan, và tôi gọi anh chị Quát ở Việt Nam. Chị Quát tỏ ý hơi lo ngại, chị nói: "Nếu tôi lấy chồng ngoại quốc" tôi có thể sống xa xứ sở. Một linh mục, cha Hiến nói chuyện với chị tôi và đảm bảo rằng Wei rất thành thực, chị tôi bằng lòng. Trong lúc đó, cha mẹ anh Wei cũng bằng lòng và gởi 500 đô la cho lễ cưới và những lời chúc tụng của họ.

CUỘC SỐNG CỦA VỢ CHỒNG TRẺ

Lễ cưới của chúng tôi

Lễ cưới của chúng tôi tổ chức vào ngày 18 tháng 8 năm 1955 tại nhà một giáo sư của anh Wei, ông bà Roger Bray ở đường Washington, Urbana, Illinois. Ông bà Bray trang hoàng nhà cửa và chúng tôi mời thẩm phán đến làm lễ cưới cho chúng tôi. Nhiều bạn Việt Nam và Đài Loan đến dự lễ cưới và làm chứng cho chúng tôi, cùng hai linh mục Công giáo.

Quý, bạn tôi gửi cho tôi hai áo gấm từ Việt Nam sang làm quà cưới. Bạn tôi, Ly làm phù dâu cho tôi và Dick Sublette bạn thân của anh Wei là phù rể cho đám cưới của chúng tôi.

Căn nhà đầu tiên của chúng tôi ở là căn nhà một phòng trên đường Stoughton ở Urbana, Illinois.

Lễ cưới của Tâm và Lun-Shin Wei Urbana, Illinois, 18 tháng Tám, 1955

Nhiều bạn bè hỏi tôi thích họ tặng quà gì? Tôi không quen tục lệ này nên tôi trả lời tôi thích bình hoa. Chúng tôi nhận được một số đồng hồ là quà mừng cưới, tôi phải lên dây những đồng hồ ấy mỗi ngày. Chúng tôi cũng nhận một bộ dao cắt thịt (steak), nhưng không bao giờ dùng vì chúng tôi không có tiền để mua thịt *steak*.

Bạn bè trong nghành chuyên môn của anh Wei cho chúng tôi một nồi nấu hai tầng và bảo rằng nồi ấy rất tốt để nấu rau. Một hôm, tôi dùng nồi ấy nấu rau trong một thời gian lâu. Đáy nồi đỏ dần lên nhưng rau vẫn lạnh. Tôi không biết rằng tôi cần phải cho nước vào giữa hai phần của nồi mới dùng được.

Tuần trăng mật, chúng tôi đến đại học Purdue ở Indianapolis nơi anh Wei tham dự một khóa hội thảo. Anh Wei là người duy nhất đã không dự được nhiều buổi họp chuyên môn vì muốn theo tôi đi dự những hoạt động của các bà vợ cùng đi hôm ấy.

Tuần trăng mật của Tâm và Wei, năm 1956

Tình bạn và sự giúp đỡ

Đời sống chúng tôi rất thanh đạm, nhưng rất hạnh phúc. Chúng tôi có nhiều bạn bè, kể cả các sĩ quan Việt Nam ở trại không quân ở Rantoul - mỗi sáng chủ nhật họ thường đến thăm chúng tôi. Những bạn người Đài Loan cũng thường tụ tập tại nhà chúng tôi, vì anh Wei là chủ tịch Hội Sinh viên Đài Loan.

Lương của anh Wei lúc bấy giờ chỉ có một phần tư tiền phụ giá với 75 đô la. Chúng tôi may mắn có được sự giúp đỡ bất ngờ từ Việt Nam. Lúc còn ở Hà Nội, tôi gặp một linh mục, cha Tuyên: Cha rất có cảm tình với tôi mặc dù tôi là người Phật Giáo. Lúc đó, với sinh viên Việt Nam đang học ở Mỹ, chính phủ Việt Nam cho phép mỗi tháng được nhận 150 đô la. Cha Tuyên gửi cho chúng tôi 150 đô la rồi nói tôi gửi lại một nửa. Cha Tuyên sẽ đổi số tiền này cho những người cần đô la với giá cao hơn giá chính thức, rồi Cha gởi thêm cho tôi chỗ tiền sai biệt ấy hàng tháng.

Cha tiếp tục việc đó trong hai ba năm cho đến khi chính phủ Việt Nam nói rằng tôi lấy chồng người Đài Loan, nên tôi không còn nhận được tiền từ Việt Nam; may thay lúc ấy, chồng tôi có được một chức vị cao hơn, Phó khảo cứu nên lương được tăng hơn.

Tâm và Wei cùng ông bà Roger Bray, Urbana, Illinois, ngày 18 tháng Tám năm 1955, trong Ngày Hôn Lễ

Về anh Lun-Shin Wei

Ban đầu tôi định không viết nhiều chi tiết về chồng tôi. Có lẽ vì tôi vẫn nghĩ rằng anh ấy vẫn như còn ở trong trí óc của tôi, tôi không thể nghĩ rằng anh đã thuộc về quá khứ. Chúng tôi đã sống với nhau hơn 50 năm, chồng tôi như là một thành phần của tôi, cũng như tôi là một thành phần của anh, nên tôi không hề tin rằng anh đã xa rời tôi, mặc dù anh đã mất từ tám năm nay rồi.

Vì thế, tôi ghi thêm vào đây để nói về anh Wei cùng gia đình anh cho trọn vẹn thêm vào cuốn ký ức này.

Lu-Shin với đứa cháu thứ tám, đứa bé nhất Dannay Funari, 1997

Vài nét về quá khứ của Wei

Anh Lun-Shin Wei sinh ngày 14 tháng Giêng, năm 1929 ở Miau Li, Đài Loan. Khi còn là thanh niên, anh rất thông minh. Anh có hai bằng cử nhân: một về nghệ thuật (1946), một về khoa học (1951). Anh dạy học ở một trường trung học tại Đài Loan trong một thời gian ngắn.

Tâm và Lun-Shin

Anh Wei đi Mỹ năm 1952, tốt nghiệp Đại học Illinois với bằng Cao học năm 1955, và đỗ Tiến sĩ về nông nghiệp năm 1958.

Anh Wei dạy về Khoa học thực phẩm tại Đại học

Illinois cho đến khi về hưu năm 1996.

Những công trình nghiên cứu của anh là về đậu nành làm cùng hai đồng nghiệp: A. Nelson và Marvin Steinberg. Ba người đó là những người tiên phong phát triển việc chế biến đậu nành thành thực phẩm. Anh Wei đã nhận được nhiều phần thưởng ở Hoa Kỳ cũng như ở ngoại quốc[21].

Người thầy giáo và người Cha thân yêu

Làm thế nào để mô tả anh Wei? Anh rất được mọi người yêu mến. Không chỉ gia đình của anh và con cháu yêu anh, mà cả các bạn bè, các đồng nghiệp, các sinh viên cũ, thậm chí cả đến các bạn Việt Nam của tôi và gia đình của tôi ở Việt Nam, tất cả đều yêu mến anh.

Các sinh viên của anh trìu mến gọi anh là *"Doc"*. Thậm chí bây giờ, sau khi họ đã thành công trong cuộc sống của họ, anh Lun-Shin vẫn là *"Doc"* của họ. Anh là một thầy giáo rất quan tâm đến học trò của anh. Tôi nhớ khi một sinh viên sắp sửa lấy cuộc thi cuối cùng là anh trằn trọc ngủ không được.

21- Nói về đậu nành sau khi anh Wei qua đời, văn phòng của anh đã thu thập hơn 100 bài anh viết về đậu nành. Ông Paul Findley, một Nghị viên của chính phủ Mỹ đã có nói trong một buổi họp năm 1971: *"Giáo sư Lun-Shin Wei và hai đồng nghiệp đã tìm ra cách rất đơn giản và ít tốn kém làm cho mất mùi hơi đắng của đậu nành. Vì sự phát hiện này, thực phẩm dùng đậu nành có rất nhiều điều kiện để trở nên một món ăn rất bổ, nhất là cho những người dân nghèo ở nước Mỹ và ở khắp hoàn cầu."*

Các sinh viên của anh luôn luôn khen anh về cách dạy của anh. Anh dùng kinh nghiệm thực tế để dạy hơn là lý thuyết. Anh tin tưởng vào việc mang khoa học ra khỏi phòng thí nghiệm, và áp dụng trong thực tế. Thông thường lớp học của anh là ra đồng thu nhập ngô hay đậu nành hoặc táo rồi đem về phòng thí nghiệm làm việc.

Con chúng tôi thích đến thăm phòng thí nghiệm của Cha chúng. Các con rất kính phục khi thấy bắp ngô được đưa vào máy khổng lồ và sau đó đi ra trong hộp. Các con yêu quý anh, và anh rất thương yêu con. Tôi nhớ anh ít khi phải "kỷ luật" các con. Anh có một trái tim mềm yếu: thoạt tiên nói "không" đối với các đòi hỏi của bọn trẻ, nhưng cuối cùng lại nói "đồng ý". Tôi không hiểu được thái độ đó đến khi bạn tôi, Beth Wilson giải thích điều đó cho tôi: "Anh ấy là một người thận trọng. Anh nói 'không' trước, rồi anh có thể thay đổi câu trả lời sau của mình là 'đồng ý' hoặc 'không đồng ý'".

Nhiều lần, Wei đem các con về Đài Loan, mỗi lần anh đưa một gia đình của một con để anh có thể quan tâm vào một gia đình ấy. Đầu tiên, anh đem gia đình của Mike; sau đó, là gia đình của Manuel; tiếp đến là Max. Tiếc thay gia đình của Aline đã không có cơ hội được đi về Đài Loan vào đầu hè năm 2007 vì bố Wei đã ra đi vào tháng Năm năm ấy.

Các cháu của chúng tôi cũng được đi cùng với ông. Nicole, Sarah, và Katerine được đi theo ông đến các Hội nghị Thực phẩm Quốc tế tổ chức tại California, Lousiana, và Florida.

Người phong nhã đến phút chót

Wei quan tâm chu đáo không chỉ trực tiếp với gia đình của mình, mà cả đối với họ hàng và bạn bè.

Tsao-Minh Wei, cháu trai của anh Wei từ Đài Loan, Kiểm và Chương, cháu gái và cháu trai của tôi từ Việt Nam đã đến ở với chúng tôi nhiều năm để theo học tại Đại học Illinois. Những mùa hè trong năm "60 và 70" thường có những cuộc tụ tập của sinh viên Việt Nam tại Mỹ. Anh Wei đưa tôi đến những cuộc gặp gỡ đó vì anh biết rằng tôi thích đến gặp các bạn Việt Nam. Các bạn Việt Nam của tôi gọi anh là "anh lớn Wei".

Hai người bạn tốt của chúng tôi, Đinh và Rina, xem Wei như anh trai của họ; con họ, Andre, trong lời cảm ơn của bài luận án đã viết: "Cảm ơn chú Wei đã giúp đỡ và làm gương."

Wei là một người rất lịch sự cho đến ngày cuối cùng. Kay Beverly, một chị bạn của tôi, đến trông nom thay cho tôi để tôi có một lúc nghỉ ngơi nhưng anh vẫn tiếp đãi Kay không nghĩ đến sự mệt mỏi của mình. Cuối cùng Kay phải nói "Anh Wei quá lịch sự, không chịu nghỉ." Ngày hôm sau Wei ra đi.

Một người thực tế nhưng lãng mạn

Anh Wei là một người rất thực tế. Anh thu xếp cho đời sống của chúng tôi rất rõ ràng và trật tự, nên khi anh ra đi, Mike - con đầu lòng của chúng tôi, giúp tôi tổ chức công việc tài chính - đã ngạc nhiên khi thấy cha đã thu xếp và đã tiết kiệm đủ tiền cho tôi có thể sống đầy đủ.

Anh Wei là một người đàn ông rất lãng mạn,

nhưng ít phô trương. Anh rất trầm tĩnh. Anh đã để lại cho tôi nhiều bức thơ đầy tình yêu, những bức thơ mà tôi còn giữ như một kho báu của tôi.

Nhiều lúc tôi tự hỏi: Tại sao anh lại yêu tôi và đã lấy tôi làm vợ. Anh và tôi tính tình rất trái ngược, anh là người ít nói, thực tế, tôi là người đa cảm, hay nói. Tôi nghĩ rằng có lẽ câu tục ngữ "hấp dẫn trái chiều" là đúng. Sau bao nhiêu năm chung sống, tôi nghĩ tôi đã thay đổi anh Wei đôi phần từ trầm lặng đến bày tỏ tình cảm nhiều hơn.

Những kỷ niệm khác

Khi tôi bắt đầu viết, bao nhiêu kỷ niệm quay trở lại. Một kỷ niệm tôi cảm động nhất là tấm thiệp chúc mừng "Ngày Người Mẹ" mà anh Wei đưa cho tôi trước hai ngày anh mất. Hôm ấy, các con về đông đủ. Các con mua ít đồ ăn đem vào trong phòng ngủ của chúng tôi trong khi anh Wei ngồi trên ghế. Tôi hỏi đùa anh: "Anh không nhớ em vào Ngày của Mẹ à?" Wei mỉm cười. Rồi Mike, con trai đầu của tôi, đi ra khỏi phòng và quay trở lại với một bó hoa hồng và tấm thiệp "Ngày của Mẹ" với chữ ký do tay run run của anh. Tôi không thể cầm nước mắt. Người chồng thân yêu của tôi, nằm chờ chết, vẫn nhớ đến tôi. Hai ngày sau, anh mất.

Tôi vẫn giữ tấm thiệp đó ở trong phòng ngủ của tôi, trên đỉnh kệ để tôi có thể thấy hàng ngày và nhớ lại kỷ niệm của tình yêu thương của anh đối với tôi.

Anh Wei là người chồng rất tốt. Anh làm tôi nhớ lại cha tôi: Mỗi lần anh ấy về nhà, việc đầu tiên là anh ấy nói: *"Tâm, em ở đâu?"*

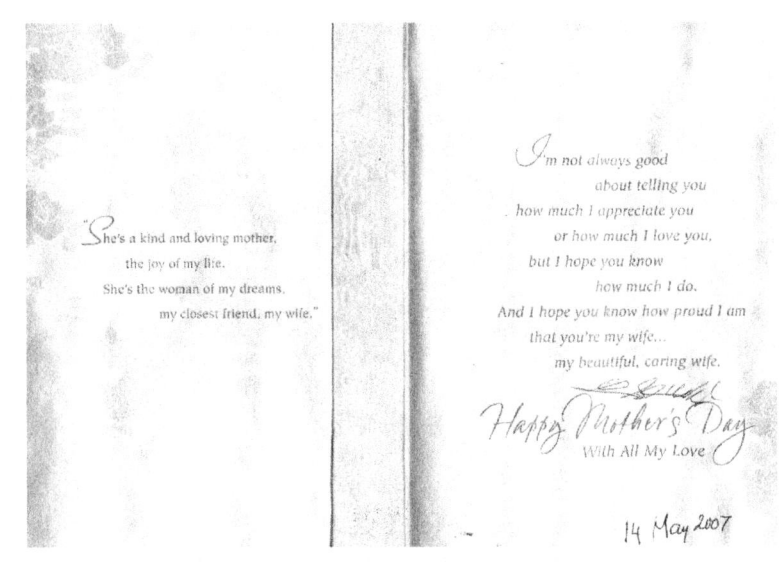

> "She's a kind and loving mother,
> the joy of my life.
> She's the woman of my dreams,
> my closest friend, my wife."

> I'm not always good
> about telling you
> how much I appreciate you
> or how much I love you,
> but I hope you know
> how much I do.
> And I hope you know how proud I am
> that you're my wife...
> my beautiful, caring wife.
>
> Happy Mother's Day
> With All My Love
>
> 14 May 2007

Tấm thiệp cuối cùng của anh Wei vào ngày "Lễ Người Mẹ"

Anh thích mua đồ trang sức cho tôi, mỗi sinh nhật tôi đều nhận được một lọ Chanel số 5. Tôi vẫn còn những lọ đó cho đến ngày nay. Một lần, anh quên không có thiệp sinh nhật cho tôi, anh lái xe khắp thành phố để tìm mua thiệp, nhưng các cửa hàng đều đóng cửa vào ngày đầu năm[22].

---

[22]- *Ngày sinh của tôi là 02 tháng Giêng, và hầu hết các cửa hàng đều đóng cửa trong ngày 01 tháng Giêng vì đó là ngày đầu của năm mới. Wei cũng đến Việt Nam để giúp đỡ bộ môn Khoa học Thực phẩm của Đại học Cần Thơ. Anh chọn một sinh viên để đưa về trường Đại học Illinois. Sau này, người sinh viên đó trở về Việt Nam và trở thành Chủ nhiệm khoa Khoa học Thực phẩm Đại học Cần Thơ.*

Lun-Shin và Tâm chơi trò chơi Twister với các con Max và Manuel ở sau nhà Urbana, Illinois, 1980.

Vì tình thương đối với tôi, anh Wei đã quý trọng cả gia đình tôi và quê hương tôi. Có một năm, anh đi qua Ấn Độ trong hai tháng để làm công việc trao đổi khoa học. Anh đã đưa cho tôi số tiền làm được để tôi đem về Việt Nam giúp đỡ gia đình.

Anh Wei là một người cha, người ông rất tốt. Anh yêu con, yêu cháu, chắt. Đặc biệt với anh Wei là khi trẻ con đang khóc sẽ trở nên im lặng trong tay anh. Sau này, tôi để ý thấy các con như Mike, Max, Manuel, Aline đã có nhiều cử chỉ và hành động giống bố.

Anh Wei bao giờ cũng sẵn sàng làm bất cứ một việc gì cho các con. Tôi nhớ đã nhiều lần chúng tôi đến dự ngày sinh nhật của một cháu, hay những dịp đặc biệt như tốt nghiệp ra trường, nhà mới, v.v... cho dù ở xa. Tôi nhớ chúng tôi đã đến giúp Mike dọn nhà đến California, Utah, Wisconsin rồi Washington DC; giúp Aline từ Arizona đến Pittsburgh. Chúng tôi sẽ đi đến bất cứ nơi nào khi các con, các cháu cần sự giúp đỡ của chúng tôi.

Nicole hát mừng ông

Bốn cháu Nicole, Katie, Christopher hát mừng ông, Sarah đàn

Khi về hưu năm 1996, các cháu đã hát bài này[23] cho ông Wei:

You give us a kiss/ you give us a hug/ you smile when you see us too!

We wish every child in the whole wide world had a grandfather just like you!

You take us on trips/ you buy us ice cream/ We know that you love us too!

We wish every child in the whole wide world had a grandfather just like you!

We'll try to be good/ We'll do as we should/ We'll whisper, "I love you too"

We wish every child in the whole wide world had a grandfather just like you!

Love: Nicole, Katherine, Sarah, Christopher, Aimee, Ryan, Jack, và Danny.

Tạm dịch:

Ông yêu cháu, Ông ôm cháu, Ông cười khi ông thấy chúng cháu.

Chúng cháu cầu mong ai cũng có được người ông như Ông.

Ông đưa cháu đi du lịch, Ông mua kem cho cháu, các cháu biết rằng Ông thương các cháu lắm.

23- Về bài hát, đây là phóng tác theo bài hát tên là "*Người Ông*" của Nonie Nelson Sorenson (1925). Mike và Debbie đã thay đổi một số lời để làm thành bài hát về "*Ông Nội*" của các cháu.

Chúng cháu cầu mong ai cũng có được người ông như Ông.

Chúng cháu cố gắng sẽ ngoan, chúng cháu thì thầm: Cháu thương Ông lắm.

Chúng cháu cầu mong ai cũng có được người ông như Ông.

Tôi nhớ tối hôm đó thật là vui. Khi các cháu hát cho Ông, chúng tôi quá cảm động đã chảy nước mắt. Bài hát đã tả đúng những gì Ông thường làm cho các cháu.

A SONG FOR Grandpa Wei By Nicole, Kathie, Sarah, Christopher Wei

At Grandpa retirement :

-Verse 1: You give us a kiss. You give us a hug. You smile when you see us too

-Refrain: We wish every child in the whole wide world has a grandfather just like you

-Verse 2: You take us on trips. You buy us ice cream. We know that you love us too

-Refrain: We wish every child in the whole wide world has a grandfather just like you

-Verse 3: We'll try to be good; we'll do as we should. We'll whisper, "I love you too".

-Refrain: We wish every child in the whole wide world has a grandfather just like **YOU**.

Các cháu Nicole, Kathie, Sarah, Christopher Wei hát cho Ông Cố Wei

Buổi tiệc khi anh về hưu năm 1996 thật là đặc biệt, nhưng không phải là duy nhất. Chúng tôi luôn luôn đãi khách tại nhà chúng tôi. Nhiều mùa hè, anh Wei có lớp dạy về cách dùng đậu nành cho các sinh viên quốc tế, và kết thúc mỗi lớp là buổi tiệc lớn ở nhà chúng tôi.

Anh Wei thích uống rượu với bạn bè. Anh có sưu tập nhiều loại rượu từ khắp thế giới.

Về công việc, anh Wei đã nổi tiếng khắp thế giới về công trình nghiên cứu đậu nành. Nhưng với các con anh, các con phục nhất là về công việc của cha đã phát triển và sản xuất thứ cánh gà khô và táo khô cho NASA dùng trong chương trình không gian Apollo và Gemini. Các con rất tự hào về cha đã làm thực phẩm cho các nhà du hành ngoài không gian. Tôi còn nhớ các con đã đem các thực phẩm đến trường để khoe cùng thầy và bạn, và tôi nhớ tủ lạnh của chúng tôi luôn đầy các thực phẩm khô, những miếng thịt lợn khô như tờ giấy.

Anh Wei cũng làm cố vấn cho nhiều công ty, ở trong nước cũng như ở ngoại quốc. Anh đã đi nhiều nước như Nhật Bản, Trung Quốc, Malaysia, Ấn Độ, Việt Nam, Thái Lan, và Ba Tây. Thỉnh thoảng tôi cũng có dịp đi với anh. Đặc biệt là lần chúng tôi đến Nam Tư, một nước còn dưới chế độ Xã hội chủ nghĩa. Anh Wei tin tưởng rằng qua các bài giảng của mình, anh ấy có thể truyền bá kiến thức của mình cho những người khác và cung cấp dinh dưỡng tốt hơn về sức khỏe cho mọi người trên khắp thế giới.

Mặc dù anh đã được rất nhiều giải thưởng, anh vẫn là một người rất khiêm tốn. Sau khi anh mất, sở làm việc của anh đã in ra hơn một trăm bài về việc nghiên cứu về đậu nành của anh.

Tám năm qua, anh đã rời gia đình tôi, làm sao nói hết được sự đau buồn và thương nhớ!!

Hành trình cuối cùng của chúng tôi đến Đài Loan vào tháng Giêng năm 2007. Anh cả của anh Wei đang ốm nặng ở nhà thương. Chúng tôi đi thẳng từ sân bay đến nhà thương thăm anh. Một giờ sau, anh cả của anh Wei mất, hình như Anh cả đã đợi chúng tôi về mới ra đi.

Sau hành trình này, anh Wei bắt đầu bị bệnh. Vào tháng ba, Lun Song (anh của Wei) đến thăm chúng tôi ở Urbana. Anh Wei muốn đưa anh Lun Song đi xem Chicago hoặc St Louis, nhưng anh đã quá yếu không thể đi được. Qua tháng tư, anh phải vào bệnh viện và đến ngày 15 tháng năm, anh ra đi. Mặc dầu đau lòng đã mất Anh nhưng tôi cũng thầm cám ơn là Anh đã không bị đau ốm quá lâu.

Trong những tuần cuối, tình thương yêu, sự quan tâm, và lòng tốt của bạn bè, họ hàng đã sưởi ấm tim tôi. Nhiều người từ xa đến thăm anh, một sinh viên cũ từ Đài Loan, anh bạn thân, Yamashita từ Nhật Bản đến; Dick Sublette từ Florida, anh Đinh, từ LA đến và ở lại với chúng tôi một tuần. Rất nhiều người đến thăm tại nhà, bạn đồng nghiệp, họ hàng gần và xa. Qúy nhất là các con, cháu đều về nhà. Tôi rất cám ơn anh Wei đã được quây quần với bao tình thương cho tới phút cuối cùng. Tôi rất cám ơn hai bạn, Tuyết và Mai đã hằng ngày đem sâm pha trà cho anh Wei. Tôi cám ơn họ hàng ở Đài Loan đã gửi thuốc men qua cho chúng tôi với hy vọng có thể chữa được bệnh cho anh. Thật là ấm lòng được biết rằng anh Wei được bao nhiêu người thương mến, chúng tôi rất vinh hạnh đã được bao sự ân cần săn sóc của mọi người.

Nơi anh Wei yên nghỉ

Bây giờ, tám năm đã qua. Tôi rất cảm động vì chúng tôi vẫn nhận được sự đóng góp của cựu sinh viên hay của các bạn vào quỹ học bổng để tưởng nhớ đến công trình làm việc của Wei. Mỗi năm vào dịp lễ Giáng sinh tôi vẫn nhận được thiệp của nhiều bạn bè, vẫn nhớ đến anh.

Đời sống vẫn tiếp tục. Tôi dần dần trở nên mạnh mẽ hơn, nhờ sự nâng đỡ của các con, nhưng tôi vẫn nhớ người chồng rất thân yêu của tôi.

Endowed Scholarship Establishes Lasting Legacy to Lun Shin Wei

Dr. Lun Shin Wei made many contributions to the Department of Food Science and Human Nutrition and the food industry. Now, because of many generous gifts from family and friends to

The late Dr. Lun Shin Wei

the Lun Shin Wei Memorial Scholarship Fund, an endowed annual scholarship will serve as a legacy to Dr. Wei's positive impact on the field of food science. The memorial fund was established in May 2007, upon Dr. Wei's passing, and reached a level of endowment in March 2008.

The Lun Shin Wei Memorial Scholarship will be awarded annually, based on merit, to an undergraduate student in Food Science. The scholarship will be renewed for a second year if the recipient maintains a minimum 3.0/4.0 grade point average.

The first recipient of the Lun Shin Wei Memorial Scholarship is Paul Tschammer, a sophomore in Food Science from Schaumburg, Ill. He will be receiving the scholarship for the 2008-2009 school year.

The Department of Food Science and Human Nutrition is appreciative of all the donors who assisted in developing this lasting tribute to Dr. Wei. Special acknowledgement is given to Dr. Carl Hastings, Terry Shin and Dr. Art Siedler for their assistance in contacting Dr. Wei's former students and associates.

Tâm-Giảng viên, Lun-Shin-Giáo sư - Sinh viên đầu tiên nhận học bổng (chương trinh học bổng dài hạn cho di sản Lun-Shin Wei) cùng Tâm và hai nữ giáo sư hai bên.

Mộ anh Wei, 15 tháng Năm 2015

Tâm cùng Wei đến viếng mộ ông bà anh Wei

GIA ĐÌNH CỦA LUN-SHIN WEI

Cha của anh Wei, YA WEI (1895-1955)

Cha của anh Lun-Shin Wei, Ya Wei, là một doanh nhân rất tốt, là người rất lương thiện, và rất được kính nể trong cộng đồng.

Ông mua đất trên núi, và chuyển thành trang trại sản xuất. Ông đã tạo dựng được một tài sản lớn cho gia đình và gửi các con ra nước ngoài du học: hai anh Lun-Chou và Lun-Song đi Nhật Bản, và Lun-Shin đi Mỹ.

Khi chính phủ Trung Quốc đến Đài Loan, chính phủ ban hành luật cải cách ruộng đất. Cha của anh Wei mất nhiều mảnh đất tốt, chỉ còn ít mảnh đất nằm trên núi, nơi mộ của tổ tiên.

Mẹ của anh Wei, WU CHEN CHU (1894-1971)

Mẹ của Wei, Bà Wu Chen Chu, là một người mẹ rất tốt. Bà đã nuôi nấng, dìu dắt sáu người con - bốn trai và hai gái - và một người con nuôi. Anh Wei là con trai thứ ba.

Mẹ anh là một người rất hiền lành, và luôn luôn đón mừng khi chúng tôi về thăm bà ở Đài Loan. Khi bà đến thăm chúng tôi ở Mỹ năm 1965, bà đem một số trang sức và vàng làm quà cưới cho chúng tôi. Bà rất cảm động khi tôi chỉ cầm một phần số vàng để làm thành 4 vòng xuyến va 4 chuỗi hạt cho bốn con của chúng tôi - và tôi đưa lại bà số còn lại. Vì chiến tranh, tôi không có gì của thầy mẹ tôi để lại cho các con, nên tôi muốn giữ một ít của Bà Nội các con để làm kỷ niệm. Hơn nữa, tôi trả lại số vàng còn lại vì tôi nghĩ bà mẹ chồng của tôi có thể cần số vàng ấy khi trở về Đài Loan để cho các con cháu khác.

Mặc dù tôi không biết nói tiếng Trung Hoa, mẹ chồng tôi cảm thấy rằng bà và tôi hiểu nhau được qua tâm tình.

Tôi xa gia đình và quê hương đã lâu nên tôi cảm thấy tôi đã may mắn gặp gia đình anh Wei mà tôi xem cũng như gia đình mình. Mỗi khi chúng tôi quay về Đài Loan, các anh chị bên nhà chồng đón mừng rất thân mật, đem chúng tôi đi du ngoạn khắp Đài Loan. Đồng thời nhiều người trong gia đình anh Wei đến thăm chúng tôi ở Mỹ, một số các cháu cũng sống ở Mỹ, nên tôi cảm thấy rất gần với gia đình chồng tôi.

Anh cả của anh Wei, anh LUN-CHOU WEI

Tâm và Wei cùng anh chị Lun-Chou Bảo tàng Chicago, Illinois

Khi có sự thay đổi trong chính phủ ở Đài Loan, anh Lun-Chou Wei được bầu làm thượng nghị sĩ, và sau đấy là người phát ngôn của Nghị Viện. Anh ấy là một trong hai người đại diện của Đài Loan trong chính phủ mới; hầu hết quan chức chính phủ là người Trung Hoa.

Tôi cảm thấy gần nhất với ông anh cả này và chị dâu (vợ của Lun-Chou, Mei Chou), vì mỗi lần chúng tôi về Đài Loan, anh chị rất thân thiết với chúng tôi. Anh Lun-Chou rất tự hào về các công trình đậu nành của anh Wei. Anh thường đem chúng tôi đi khắp nơi để gặp các quan chức chính phủ để nói với họ về phát minh của em trai mình. Anh chị thường qua Mỹ, và chúng tôi đã có nhiều hành trình rất vui cùng nhau.

Con trai cả của anh chị, Tsao-Minh Wei, đến ở với chúng tôi để theo học Đại học Illinois; sau đó, người con thứ hai cũng theo bước người anh. Cả hai đều đỗ bằng Tiến sĩ về khoa học thực phẩm, theo nghề nghiệp của chú Wei.

Tháng Giêng 2007 Lun-Shin và tôi quay về Đài Loan thăm anh Lun-Chou một giờ trước khi anh ấy ra đi. Năm tháng sau anh Wei của tôi đã theo anh lên thiên đàng.

Tâm, Manuel, anh cả Wei, Lun-Chou và người bà con
(Phòng làm việc của anh Lun-Chou Wei)

Anh thứ hai của Wei, anh LUN-SONG WEI

Gia đình anh Lun-Song Wei

Người anh chồng thứ hai, anh Lun-Song Wei và chị dâu có năm người con trai. Anh Lun-Song là kỹ sư của công ty đường sắt ở Đài Loan. Lần đầu tiên Lun-Shin và tôi đến Đài Loan, chúng tôi ở tại nhà anh chị Lun-Song. Chị dâu có nuôi mấy con gà trong nhà. Các con của chúng tôi rất thích chơi với những con gà đó, xem như là bạn. Một hôm chị dâu tôi làm thịt một con gà để nấu đồ ăn cho bữa cơm hôm ấy. Các con khi biết vậy, không sao ăn được bữa cơm này vì các con nghĩ đến con gà là bạn của chúng.

Một người con trai của anh chị Lun-Song, David Tsao Fong, qua học tại Đại học Illinois về ngành Lâm Nghiệp. Hiện giờ cháu sống ở Seattle.

Em trai út của anh Wei, LUN-YAN WEI

Lun-Yan Wei và vợ, Chin Yun Wang chơi "golf" rất giỏi. Hai vợ chồng này có rất nhiều giải thưởng về môn này. Chú thím có hai con. Chú làm về thương mại. Gia đình này sống tại Taichung.

Gia đình chú Út Lun-Yan Wei

Người chị đầu của Wei, SHIU-HSIA WEI

Chị Shiu Hsia Wei và chồng, bác sĩ C.Y.Chang, một thú y, có nhiều con. Anh chị này sống ở Hou Long, nơi quê hương của anh Wei.

Chị SHIN CHANG WEI

Chồng tôi rất thân thiết với chị này. Wei và chị đều theo học cao đẳng ở Taichung. Chị và chồng chị, bác sĩ Tai An Cheng có ba con trai và hai con gái sống ở Tainan.

Một người con gái, Jung Teng Cheng, học tại Đại học Illinois bây giờ là một bác sĩ về mổ óc tại Texas.

Chị Shin Chang là người rất can đảm. Có một lần, chồng chị là giám đốc y tế của một bệnh viện ở Tainan. Vì một lý do nào đó, một người làm công của bệnh viện làm một việc gì trái luật pháp. Anh TS. Cheng phải chịu trách nhiệm và bị bắt giam. Vợ anh, một mình tiếp tục công việc của chồng và nuôi dạy con cái. Chị vẫn thường đến thăm chúng tôi ở Mỹ.

Chị Shiu-Hsia cùng chồng BS. C.Y.Chang thăm gia đình

KỶ NIỆM VỚI ANH LUN-SHIN WEI

Bao nhiêu kỷ niệm! biết bắt đầu từ đâu?

Tôi nhiều khi tự hỏi: tại sao Wei lại chọn tôi? Trước kia anh đã có một người bạn gái cùng học một lớp với anh ở Đài Loan. Cô ấy cũng qua Mỹ du học. Khi tôi hỏi Wei về cô ấy, anh nói "trước khi cha anh qua đời, ông nói với anh là không được cưới cô gái từ Đại lục". Hình như luật cải cách ruộng đất do chính phủ Chiang Ken Chech áp đặt, nhiều chủ đất ở Đài

Loan - giống như cha mẹ của Wei cảm thấy căm phẫn.

Có lẽ Anh và tôi hợp nhau vì trái ngược nhau, nhưng trái ngược một cách phụ thêm vào nhau. Dù sao đi nữa, tôi thấy tôi may mắn đã có anh Wei là chồng tôi. Chúng tôi đã sống với nhau hơn nửa thế kỷ qua với kết quả là 4 con và nhiều cháu, chắt.

Ảnh trước nhà cha mẹ anh Wei ở Houlong

Gia đình Manuel đến thăm chùa ở Đài Loan

Bốn anh em Wei

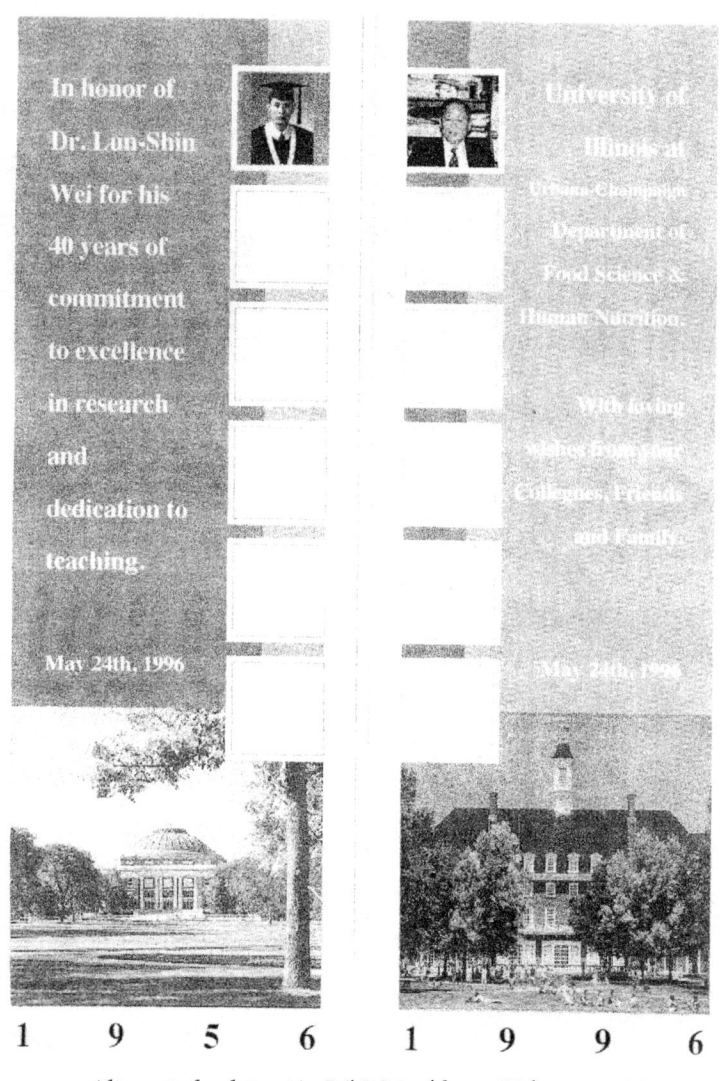

In honor of
Dr. Lun-Shin
Wei for his
40 years of
commitment
to excellence
in research
and
dedication to
teaching.

May 24th, 1996

University of
Illinois at
Urbana-Champaign
Department of
Food Science &
Human Nutrition.

With loving
wishes from your
Collegues, Friends
and Family.

May 24th, 1996

1   9   5   6   1   9   9   6

Aline vẽ cho bữa tiệc Bố Wei về hưu, Urbana 1996

Dear Dad,

All of us, your children are so proud of you, Dad. You worked so hard in all your life, You accomplished so much... We remember so well many fun memories at the lab looking at the corn coming out of the "big" machine, the delicious strawberry preserve... and you running around like a captain of a ship, directing this and that... Dad, but most of all the success of your career is simply the respect of your students, the high esteem from your peers and the love from ourselves- your family.
WE LOVE YOU, DAD.

March 2nd, 2000

Thơ của các con gửi cho Bố Wei ngày Bố về hưu

Bạn Việt Nam tham dự tiệc tại Morrow Court, Urbana, 2007

Hoa Quỳnh

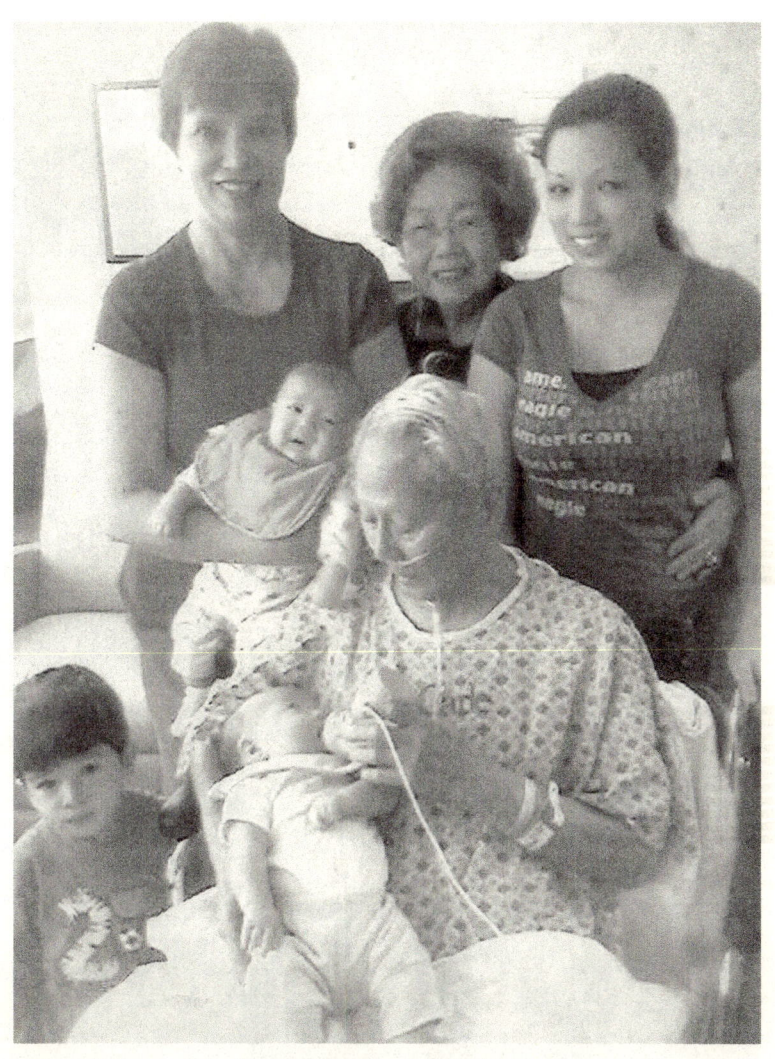

Các cháu và chắt thăm Cố Wei tại nhà thương (tháng Tư, 2007)

Lun-Shin và Tâm cùng các con

X. Các Con

Michael May-Quang Wei (26 tháng Giêng, 1957)

Michael Wei, sinh ngày 26 tháng Giêng năm 1957. Mike có nhiều "chú bác" chiều chuộng - đấy là những sĩ quan Việt Nam từ trại không quân ở Rantoul đến thăm chúng tôi. Các anh này đang theo học lớp huấn luyện trong ngành không quân tại Rantoul.

Khi mới có Michael, tôi không có kinh nghiệm về chăm sóc trẻ sơ sinh. Các bạn đồng nghiệp tổ chức một cuộc họp để cho tôi quà và chỉ cho tôi cách săn sóc con như cách thay tã. Ở Việt Nam, chúng tôi không có tục lệ này. Tôi rất cảm động trước lòng tốt của các bạn. Ngoài ra có hai bà bạn già, bà Ayars và bà Lang hằng ngày đến tắm cho Mike hay để trả lời cho tôi nhiều câu hỏi làm thế nào để chăm sóc cho con.

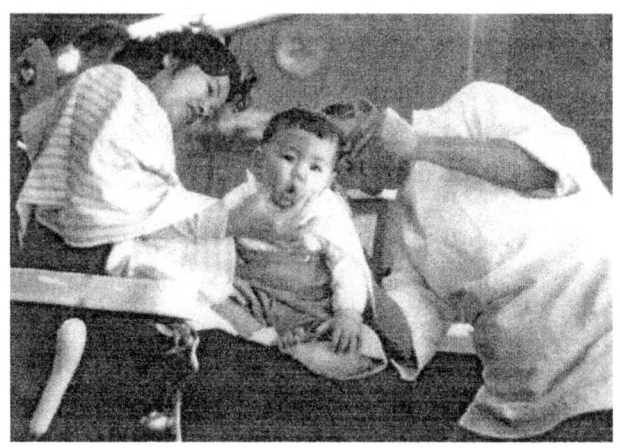

Michael cắt tóc lần đầu. Bức ảnh đoạt giải Nhất trong cuộc thi ảnh Ngày Của Mẹ do Urbana Courier Newspaper tổ chức

Một lần, Mike bị sốt rất cao. Bác sĩ bảo tôi đem nhúng Mike vào nước để giảm nhiệt độ - nhưng tôi chưa thấy ai làm như thế bao giờ, nên tôi rất lo, không dám làm. Bác sĩ Korry đến tận nhà giúp tôi. Tôi đã may mắn có những người bạn tốt và một bác sĩ quý như vậy. Tôi nhớ rằng cuốn sách "Bác sĩ Spock"[25] như là kinh thánh của tôi. Khi đứa con trai thứ hai của chúng tôi ra đời, cuốn sách ấy đã rách tươm vì sử dụng quá nhiều.

Thỉnh thoảng anh Wei và tôi cùng hai vợ chồng Hugh và Lucia Fox trao đổi với nhau về việc trông con. Hugh và Lucia Fox cũng có một con trai sinh cùng một thời gian với Mike. Ông nội của đứa bé là bác sĩ sống ở Chicago, Hugh III là đứa bé khóc rất lâu

---

25- Spock, Benjamin M.D. "Chăm Sóc Trẻ Nhỏ và Trẻ Sơ Sinh" của BS. Spock. N.P: Sách bỏ túi, xuất bản năm 1945.

và rất to. Bố mẹ của Hugh cũng như chúng tôi không có kinh nghiệm về nuôi trẻ con nên không biết làm thế nào cho Hugh bớt khóc. Thông thường, khi con mới sinh, cha mẹ (như chúng tôi) sẽ đem con đến bác sĩ khám xét hai tuần một lần trong mấy tháng đầu, nhưng Hugh III không được làm như vậy vì ông nội của Hugh là một bác sĩ ở Chicago. Do đó Hugh đến thăm ông sau hai tháng. Ông nội cháu chỉ nhìn vào cháu, biết ngay là cháu đói vì cháu to cần ăn nhiều hơn thường lệ. Đúng như vậy, khi cho Hugh uống nhiều sữa hơn, Hugh không còn khóc nữa. Chúng tôi thật quá ngây thơ!!!

Ngày nay tôi thấy con gái và các cháu gái của chúng tôi biết nhiều hơn tôi về cách nuôi con.

Đời sống vẫn tiếp tục. Chúng tôi có ít tiền, nhưng chúng tôi có hạnh phúc. Chúng tôi yêu bé Mike, và bận rộn với công việc.

Max Tảo-Dự Wei (26 tháng Năm, 1959)

Max, 4 tuổi (trái) và anh trai Michael, 6 tuổi (phải) năm 1963

Khi Mike được hai tuổi, con thứ hai của chúng tôi, Max Tảo-Dự Wei ra đời vào ngày 26 tháng sáu năm 1959.

Lương, em họ của tôi lúc đó đang được huấn luyện quân sự tại Texas lên thăm chúng tôi và săn sóc cho Mike trong lúc tôi còn nằm ở bệnh viện. Ở Việt Nam, người mẹ mới sinh con thường nằm ít nhất một tuần, nhưng ở Mỹ, tôi ra nhà thương sau một ngày. May mắn Max là một đứa bé rất ngoan.

Sau khi có Max, chúng tôi dọn về một nhà lớn hơn ở 604 đường California, Urbana.

Manuel Tảo Tuấn Wei (2 tháng Tám, 1961)

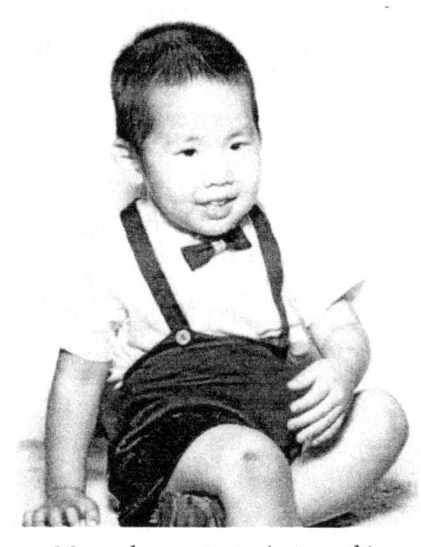

Manuel năm 1962 (một tuổi)

Tiếp theo, hai năm sau, đứa con trai thứ ba của chúng tôi - Manuel Tảo Tuấn Wei ra đời. Manuel là một đứa bé nặng trên 9 pound. Manuel có nhiều tóc quá đến nỗi phải cắt tóc ngay ngày đầu tiên từ nhà thương về nhà.

Người cùng phòng với tôi ở trong bệnh viện hỏi tôi: "Con trai của bà có tóc và mắt màu gì?" Tôi cười và nói: "Con của chúng tôi thì chắc chắn có mắt màu nâu và tóc màu đen, ngoài ra không có màu gì khác." Với ba đứa con trai, chúng tôi rất bận rộn. Lại thêm chúng tôi còn có nhiều bạn bè như Oanh, Đam, Hồng Diễm đến ở với chúng tôi trong những ngày lễ và hai cháu của chúng tôi, Kiểm và Chương cùng ở để đi học tại Đại học Illinois. Vì vậy, chúng tôi phải thuê một phòng bên cạnh nhà để các cháu có chỗ yên tĩnh học hành.

Aline Thúy Anh Wei (27 tháng Giêng, 1964)

Con gái nhỏ của chúng tôi ra đời vào ngày 27 tháng Giêng năm 1964. Cùng trong một nhà, có cháu Chương có ngày sinh nhật hôm 24 tháng Giêng, có Mike sinh nhật vào ngày 26 tháng Giêng, nhưng Aline nhất quyết có một ngày sinh nhật riêng của mình vào ngày 27 tháng Giêng[26].

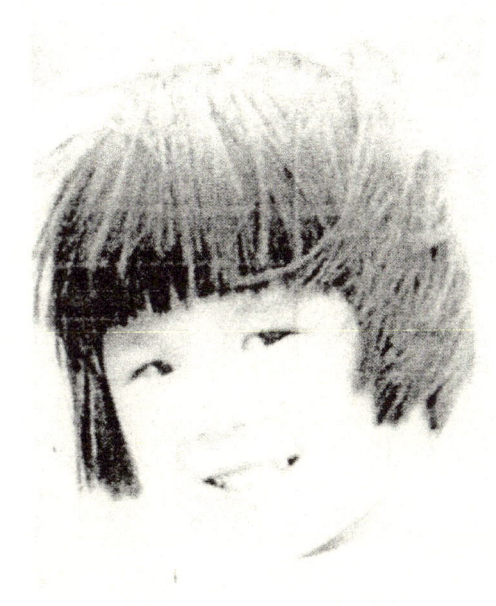

Sau khi có ba con trai, chúng tôi vui mừng có được một cháu gái. Lúc đó tôi rất bận đang dạy học toàn phần ở Đại học Illinois. Tôi thậm chí không biết rằng tôi đang có thai cho đến khi người giữ con cho tôi (cô Ba-tay) bảo rằng tôi đang mang thai.

Aline năm 1967 (ba tuổi)

26- Tôi có dấu hiệu sanh (vỡ nước ối) và đến bệnh viện ngày 23 tháng Giêng, phải chờ đến ngày 27 mới sanh Aline.

Việc đặt tên cho con

Việc tìm tên cho con chúng tôi là một việc khá phức tạp. Chúng tôi muốn tìm được một tên Trung Quốc, rồi dịch ra tiếng Việt. Đồng thời, trong gia đình của Wei, có một quy tắc nhất định về tên của mỗi thế hệ: ví dụ, đối với thế hệ chồng tôi là "Lun-Shin", và thế hệ tiếp theo phải là "Tao". Khi chúng tôi có Mike, chúng tôi chưa biết quy tắc này, vì thế chúng tôi đặt tên con là "May Quang" nghĩa là "nước Mỹ tươi đẹp". Sau đó, với Max và Manuel, chúng tôi biết phải theo truyền thống của gia đình Wei, vì thế tên đệm giữa của Max là "Tảo Dự" và Manuel là "Tảo Tuấn".

Sau đấy, khi có con gái, Aline ra đời, chúng tôi mừng là được tự do đặt tên. Vì thế, chúng tôi đặt tên con là "Aline Thúy Anh Wei". Thúy Anh có nghĩa là "ánh sáng dịu dàng". Đồng thời chúng tôi có tinh thần quốc tế khi đặt tên các con như tên "Michael" là nước Anh; "Max" là nước Đức; "Manuel" là nước Tây Ban Nha; "Aline" là nước Pháp.

Đời sống với các con

Khi Aline ra đời, tôi đã là Phó giáo sư ở phòng thí nghiệm phát triển trẻ em tại Đại học Illinois. Đời sống khá bận rộn nhưng rất vui.

Tính tò mò của tuổi trẻ

Khi tôi dạy ở lớp mẫu giáo kiểu mẫu tại Đại học Illinois, vào dịp lễ Phục Sinh, tôi đem một số gà con đến lớp cho các trẻ em quan sát sự thay đổi lớn lên dần của mấy con gà con. Khi lễ Phục Sinh đã qua, tôi đem gà về nhà. Anh Wei làm một chuồng gà bằng giấy cát tông nhưng gà lớn quá nhanh với lông bay đầy nhà. Sau cùng, chúng tôi phải đem những con gà ấy cho một nông trại.

Một lần nữa, chúng tôi nuôi một con chó con. Chúng tôi rất thích, mang nó về nhà, và mua đủ đồ chơi cho nó…nhưng sau một tuần, đêm đến phải dạy với con thơ vừa phải trông nom cho chó con, chúng tôi không chịu nổi, phải đem chó con đến người bán. Các con tôi quá buồn, chúng tôi phải nói với các con là: "con chó còn nhỏ quá, nó cần mẹ nó" cho các con yên lòng hơn.

Vào dịp lễ Phục Sinh, Mike, Max, và Manuel, ba anh cho cô em gái Aline con thỏ con. Con thỏ này rất xinh, lông trắng muốt với một chấm đen trên mũi, chúng tôi đặt tên nó là Snubby. Snubby rất khôn ngoan. Khi nào tôi, hay Mike, Max, Manuel, Aline xuống phòng dưới nhà, Snubby chạy vòng quanh chân. Snubby sống hơn chín năm.

Ngoài ra, chúng tôi có một con chuột lang, đặt tên là Sandy. Con chuột này rất dễ thương, các con rất yêu nó. Khi Sandy chết, các con tổ chức lễ tang cho nó, rồi chôn nó trong vườn hoa trước nhà.

Hè năm ấy, gia đình chúng tôi về Đài Loan một thời gian dài và khi trở về Mỹ, một em bạn của các con nói em ấy muốn xem bây giờ Sandy ra sao. Rốt cuộc Sandy đã bị đào lên.

Đời sống của chúng tôi với tính tò mò của tuổi trẻ đã đưa đến những kinh nghiệm quá bất ngờ.

Thời thiếu niên

Bao nhiêu kỷ niệm trong đời sống cùng các con.

Một hôm Mike và bạn thân, David Mclure, leo lên mái trường học cạnh nhà để đốt pháo, nghĩ rằng không quấy rầy hàng xóm. Cảnh sát đã bắt hai đứa về bót và đã cho Mike và David một bài học rất hay về sự nguy hiểm của hành động của chúng.

Một lần khác, Max bị một con chó cắn, nhưng không tìm được con chó, Max phải tiêm nhiều mũi tiêm đau đớn để trừ bệnh chó dại.

Manuel, một cầu thủ bóng mềm rất giỏi, có một lần ném quả bóng quá nhanh và trúng vào đầu một em ở đội khác, mạnh đến nỗi phải đưa em ấy vào bệnh viện. Tôi lo lắng và ân hận nên đã gọi cho bà mẹ của em bé hỏi tin tức một lúc lâu. Hai mươi năm sau, tôi ngẫu nhiên gọi được người phục vụ thực phẩm để đặt một số thực phẩm, người chủ chính là bà mẹ của đứa bé đó lúc xưa dù đã rất lâu nhưng vẫn nhận ra giọng nói của tôi.

Mike và Max theo học ở trường Trung học đặc biệt (Uni High) trong khi Manuel và Aline học ở trường trung học trong thành phố.

Ở trường Mike thích chơi với máy điện tử, hệ thống Plato, một chương trình đầu tiên về dạy học qua máy tính. Mike rất đam mê hệ thống này và cuối cùng trở thành nghề của Mike.

Max thích làm doanh nghiệp, và thích sưu tập nhiều thứ như tiền đồng, tem các nước, và những thứ khác.

Manuel thích thể thao, trở thành một "ngôi sao" trong Hội chơi bóng. Lớn lên, Manuel thích chơi "golf" hằng ngày.

Aline là một học sinh giỏi trong trường học. Aline có một số bạn thân từ thời thơ ấu cho tới ngày nay.

Vào khoảng 1960, mỗi mùa hè, hội người Việt tại Chicago thường tổ chức những buổi họp để gặp nhau. Chỗ họp thường ở một trường Thiên Chúa giáo hoặc một trại thanh niên. Anh Wei luôn luôn đem gia đình đến dự vào những buổi họp ấy, vì anh biết rằng tôi thích gặp các bạn Việt Nam. Tôi còn nhớ nhiều kỷ niệm về những cuộc gặp mặt ở Chicago, Boston, và Milwaukee này. Chiếc xe cũ kỹ của chúng tôi đã chạy qua nhiều tiểu bang để đi đến những cuộc họp này.

Mike, Aline, Manuel, Max

Cách Dạy Dỗ Con Cái

Tôi có viết một bài về cách nuôi dưỡng trẻ con nhưng tôi không thể kết luận rằng cách nào là đúng nhất.

Anh Wei và tôi sinh trưởng từ một nền văn hóa Á Đông, các con lại sinh trưởng và lớn lên ở Mỹ, chúng tôi gặp những sự khác nhau về vấn đề văn hóa khi dạy dỗ các con.

Khi nuôi dưỡng các con, tôi đã đứng vào một hoàn cảnh khó xử. Theo nghề nghiệp và huấn luyện, hành động của tôi thiên về văn hóa phương Tây, trong lúc nền văn hóa gốc của tôi lại có ảnh hưởng phương Đông nhiều hơn.

Tôi nghĩ rằng tôi muốn dìu dắt các con tôi trở nên người biết tự lập, nhưng nền tảng văn hóa của tôi lại làm tôi hay che chở cho con nhiều hơn.

Trong nhà chúng tôi có một tấm bảng con với câu" "Có hai điều cha mẹ để lại cho con: một là nguồn gốc và hai là đôi cánh". Tôi tin tưởng tôi đã cho các con một nguồn gốc bền vững nhưng tôi có cho chúng đủ không gian để mở rộng đôi cánh không?

Tôi nhớ khi tôi ở bên thầy mẹ tôi ở Việt Nam, tôi chưa bao giờ nghe thầy mẹ tôi bảo chúng tôi phải làm gì; tôi chỉ việc làm theo gương cha mẹ và bắt chước hành động của họ. Cha mẹ tôi thường không tỏ ý kiến khác nhau - ít nhất là trước mặt chúng tôi. Chỉ một lần tôi biết sự bất đồng giữa hai người khi anh tôi, anh Việt, bỏ học ngành y để tham gia vào trường huấn luyện quân sự (cha tôi khuyên anh tham gia - nói rằng đã đến lúc đất nước cần người học ngành đó còn mẹ tôi thì hết sức chống đối).

Giáng Sinh 1974

Một hôm, cha tôi và bác tôi nói với nhau về một vấn đề gì đó trong gia đình.. Bác và cha khác ý kiến với nhau. Tôi cảm thấy ý kiến của bác là sai nhưng không thấy cha tôi trả lời lại. Biết tính cha tôi rất thẳng, tôi hỏi cha tại sao cha không trả lời bác. Cha điềm tĩnh giải thích cho tôi: "cha biết rằng bác đã không đúng, nhưng bác là người lớn tuổi nhất trong gia đình chúng ta. Nếu cần phải nói với bác, trước tiên cha phải đợi một hoặc hai ngày để cho bác bình tĩnh trở lại.

Sự tôn trọng đối với người lớn tuổi hơn là một ví dụ của ảnh hưởng Khổng Tử trong nền văn hóa Việt Nam.

Mike

Michael dự đám cưới Whitney Heller Snow tháng Hai 2012 (Ảnh: Jonathan Canlas)

Mike, con trai đầu của chúng tôi có bốn con: ba gái và một trai. Mike và Deb đã có mười cháu ngoại nên chúng tôi đã tăng lên làm "Cố" với mười chắt. Mike lập gia đình với Deb đã gần 35 năm nay, gia đình rất hạnh phúc.

Mike chuyên về ngành điện toán, hiện sống ở Herndon, vùng Hoa Thịnh Đốn. Vợ chồng Mike có bốn con:

1. Nicole Lang Ying Wei, chồng, Jarom Thomas, 4 con: Ethan, Jacob, Benjamin, Aspen.

2. Katherine Quay Mai Wei, chồng, Kevin Kruse, với 3 con: Gabriel, Alex, Zack.

3. Sarah Ya Cheng Wei, chồng, Ryan Nielson, với 3 con: Cora, Elijah, Elizabeth.

4. Christopher Chi Yuan Wei, độc thân, vừa xong bằng cử nhân về Tâm Lý Học và Triết Học.

*Từ trái: Christopher, Sarah, Katherine, Nicole. Lễ Tạ Ơn 2014.
(Ảnh: June Lin)*

Max

Max, con thứ hai của chúng tôi, sống tại Champaign, Illinois. Max chuyên về kế toán, nhưng thích làm những việc khác. Max còn độc thân, thích chơi "pool" và biết chơi rất giỏi về môn này. Chúng tôi may có Max ở gần để trông nom giúp đỡ cho lúc tuổi già, nhưng cũng không may cho Max vì nhà của Max ngổn ngang đồ đạc khi tôi dọn nhà vào nhà dưỡng lão này.

Max

Manuel

Manuel là một kỹ sư, vợ là một giáo viên chuyên môn về ngành giáo dục đặc biệt. Hai vợ chồng có hai con:

1. Aimee Elizabeth Ya Mei Wei, đã đỗ bằng cử nhân.

2. Ryan Mathew Chi Long Wei, kỹ sư.

Gia đình này thích thể thao, Manuel chơi "golf", Sherry "tennis", Ryan "đá banh", Aimee "chơi nhạc".

Effingham không xa lắm nên các con đến thăm chúng tôi luôn luôn.

Manuel (và vợ, Sherry Schumann) sống ở Effingham, Illinois

Aline

Aline, con gái út của chúng tôi, chồng, Jonathan Funari, hai vợ chồng đều là kiến trúc sư, hiện đang ở tỉnh Pittsburgh, Pennsylvania. Aline và John có hai con, Henry Chien Yu Funari, và Daniel Chien San Funari. Hai cháu đang theo học Đại học. Chúng tôi may mắn có được con và rể vẽ kiểu và xây một ngôi nhà ở 2007 đường Morrow court, Urbana, Illinois vì sau khi anh Wei về hưu, chúng tôi muốn có một nhà một tầng để khỏi phải lên xuống cầu thang.

Aline, ảnh chụp sau vườn nhà

Nhà này là nơi tụ họp cho cả gia đình và bạn bè hơn mười năm. Chúng tôi có rất nhiều kỷ niệm êm đẹp sống trong ngôi nhà đó.

Bốn con của chúng tôi được sinh ra cùng một bố mẹ, sống trong hoàn cảnh giống nhau nhưng các con lại rất khác nhau.

Mike là người con tôi đã nương tựa nhiều nhất. Mike như cây cột trụ vững chắc, thay thế cho anh Wei, giúp đỡ tôi rất nhiều khi không còn anh nữa.

Max, đầy tình cảm nhưng cố làm ra cứng rắn, ở gần tôi và giúp đỡ tôi rất nhiều...

Manuel là đứa con rất tốt bụng, sẵn sàng làm bất cứ việc gì để giúp tôi.

Aline là một người con rất thực tế. Aline đã giúp nhiều cho tôi lấy lại thăng bằng khi tôi thường nặng về tình cảm.

Chúng tôi có bốn con, mỗi đứa một tính cách khác nhau nhưng chúng tôi cảm thấy vui và tự hào vì đã dìu dắt các con thành những người lương thiện, chăm chỉ làm việc và đầy lòng từ tâm.

Ông bà cùng các cháu và chắt. Ảnh chụp năm 2005

Max, Aline, Tâm, Mike, Manuel - 2016

*Cảnh hướng về phía bắc, một số sinh viên đang đi bộ dọc theo lối đi vòng quanh sân trung tâm của Đại học Illinois, 1975.
(Nguồn ảnh: archivies.library.Illinois.edu)*

XI. Giáo Dục & Sự Nghiệp

Năm 1958 tôi tốt nghiệp Thạc sĩ về Giáo Dục Trẻ Con và năm 1966, Tiến Sĩ về Tâm Lý Học.

Tôi rất thích chương trình Giáo Dục Người Lớn Tuổi ở Mỹ. Ở Việt Nam, hầu hết mọi người về hưu lúc 55 tuổi, nghỉ ngơi và vui thú với sự chăm sóc của gia đình; nhưng ở Mỹ, nhiều người tiếp tục học hỏi thêm nhiều năm nữa. Nhiều người dự các lớp học Giáo Dục Người Lớn Tuổi - hoặc huấn luyện nghề nghiệp, cải thiện nghề nghiệp hay chỉ để có dịp giao thiệp bạn bè.

Ở Mỹ, gia đình thường sống xa nhau, khi cha mẹ lớn tuổi, cha mẹ thường sống riêng biệt nên sự tiếp xúc với xã hội là cần thiết, vì vậy nhiều người đã theo học lớp Giáo Dục Người Lớn Tuổi.

Có một lúc tôi rất muốn nghiên cứu về Giáo Dục Người Lớn Tuổi để lấy bằng Tiến sĩ, nhưng tôi không thực hiện được vì tôi phải đi Chicago để nghiên cứu trong khi tôi không thể rời gia đình. Vì thế tôi trở về ngành chuyên môn đầu tiên của tôi và có bằng Tiến sĩ về Giáo Dục Trẻ Nhỏ và Tâm Lý Học năm 1966.

Dạy Đại học

Lần đầu tiên tôi bắt đầu dạy học ở Đại học Illinois, tôi băn khoăn không biết tôi sẽ đối phó thế nào với sinh viên nếu họ thiếu kỷ luật hoặc vô lễ (ở Việt Nam, thầy giáo rất được tôn trọng và học sinh rất lễ độ). Tôi rất sung sướng thấy sinh viên của tôi khá tốt và chăm chú, tôi chia sẻ với họ những điều gì tôi biết, và nếu có điều gì tôi không biết, tôi hứa sẽ tìm ra.

Tôi nghĩ rằng học sinh ở đâu cũng thế: nếu mình có điều gì chia sẻ, họ sẽ lắng nghe.

Cuộc sống của tôi quá bận rộn khi tôi dạy toàn thời gian (full time) ở Đại học Illinois. Với bốn đứa con và chồng, tôi không thể cáng đáng hết mọi việc. Tôi phải thay đổi nghề để chỉ làm việc nửa thời gian với tư cách là nhà Tâm lý học cho các trường ở những tỉnh nhỏ gần nhà. Tôi gởi chứng chỉ của tôi tới Springfield để họ quyết định.

Họ cho tôi biết là tôi có nhiều lớp về Tâm lý học hơn cần thiết. Vì vậy để có được giấy phép hành nghề, tôi chỉ cần tập sự trong một lục cá nguyệt thay vì cả năm. Trong lúc ấy có một cặp vợ chồng từ Chicago đến, cả hai vợ chồng làm việc về Tâm lý học cho các trường. Anh chồng trở lại học tại Đại học Illinois để lấy bằng Tiến sĩ trong khi người vợ ở nhà sửa soạn việc nuôi con nuôi. Tôi thu xếp cho chị vợ, Lois Wash làm người hướng dẫn tôi. Công việc tiến hành rất tốt. Chúng tôi chủ yếu dùng thời gian chia sẻ kinh nghiệm và thảo luận về công việc của một nhà Tâm lý học ở học đường. Tôi học được rất nhiều kinh nghiệm với Lois. Một lời khuyên mà tôi nhớ Lois đã nói là: "Khi làm việc cùng một giáo viên, nếu có thể thay đổi một ý kiến, một hành động của giáo viên ấy là có thể xem như mình đã thành công. Đừng bao giờ nghĩ rằng mình có thể thay đổi tất cả mọi hành động, hoặc cách dạy của người ấy." Tôi nghĩ đến những ngày tôi dạy học trước kia, khi tôi còn quá lý tưởng muốn thay đổi cả thế giới. Tôi thật là quá ngây thơ.

Tôi lấy bằng Tiến sĩ năm 1966. Tôi cần nhiều thời giờ hơn mới lấy được bằng này vì quá bận rộn với việc làm và gia đình.

Cảnh từ trên không của ĐH Illinois, Circa, 1965
(Ảnh: Điện báo của ĐH Illinois, tháng Bảy, 2015)

New member profile.

Tam Dang Wei is a native of VietNam, is married to Lun Shin Wei, has 4 children and 8 grand children. Her husband and she came to Illinois in the 50th as graduate students, then stayed on as staff at the U. of Ill. She received her B.A. in Viet Nam, "licentiage" {=MA}at the Uni. of Geneva, Switzerland, M.Ed. and Ph.D. at the U. Of Ill. in 1966. In Geneva, she was lucky to study with Pro. Jean Piaget, the famous swiss psychologist whom she learned the humanistic approach to life and to her profession. She taught in Viet Nam, at the U. of Ill. then worked as school psychologist. In 1975, with the arrival of many refugees from Asia, she went back to school to get an administrator certificate to start a bilingual program for Unit 4 school district. Since then, she is very involved in the work with the refugees as a mental health specialist. She gave numerous workshops, in-service training for teachers, social workers on cross cultural sensitivity. She published a "Handbook for teachers of refugee students", a Vietnamese PsychoEducational Module" and a chapter on "the Vietnamese Child" in "the Bilingual Exceptional Child". She served as Advisory Board for the Ill.Advisory Council on multicultural Education, Ill. Adv. of Home Economic Extension, The East Central Ill. Refugee Center, Habitat for Humanity.

Tóm tắt quá trình làm việc của Tâm bằng tiếng Anh

Nhà Tâm lý học tại học đường (1970-1981)

Trước khi tôi bắt đầu làm việc, một bạn tốt của tôi, Barbara Scott, người sinh trưởng tại địa phương này, dẫn tôi đi qua những thành phố mà tôi sẽ làm việc. Barbara giới thiệu tôi với một số chủ trại dọc đường đi để nếu tôi có cần giúp đỡ, tôi có thể đến nhờ họ. Tôi thích công việc này. Tôi rút kinh nghiệm là phải cứng rắn quyết liệt hơn để giải quyết những vấn đề xảy ra.

Vì tôi làm việc ở thôn quê, lái xe qua những nông trại, thấy những sự thay đổi của các mùa, thấy những cây ngô hay đậu nành dần dần lớn lên, tôi cảm thấy gắn bó hơn với nước Mỹ.

Trong mười một năm, tôi làm việc ba ngày một tuần, đến thăm mười bốn trường trong hai quận, lái xe hơn một trăm dặm mỗi ngày[28]. Nhìn lại, tôi không biết bằng cách nào tôi đã làm được như vậy. Tôi nhớ tôi rất sợ lái xe trên băng và tuyết. Hộp thuốc của tôi đầy những thuốc làm cho bình tâm lại. Tôi không uống những thuốc ấy tuy rằng khi nào lái xe trên tuyết, tôi quá lo sợ nên thường bị chuột rút chân.

Hơn nữa, trong thời kỳ này, chiến tranh ở Việt Nam còn tràn lan khắp nước, tôi làm việc ở nơi thôn quê và ở những tỉnh nhỏ, nhiều khi người bản xứ chưa bao giờ thấy một người như tôi, một phụ nữ Việt Nam. Nhiều người đã ngạc nhiên khi mới gặp tôi, nhưng tôi chưa bao giờ cảm thấy sự phản đối hoặc thành kiến với tôi. Tôi luôn luôn giữ trách nhiệm của mình một cách thành thật. Tôi hết sức giúp cho các

---

28- *Ghi chú của người viết: Quận Ford và Iroquois ở Illinois chiếm khoảng 1.600 dặm vuông.*

học sinh cần đến tôi; tôi cố gắng làm bất cứ việc gì để giúp họ. Sự tận tâm và thành thật của tôi được chứng minh khi tôi không làm việc này nữa, tôi nhận được nhiều lời khen ngợi và thư cảm ơn!

Một điểm yếu của tôi là hay đi lạc đường, nhưng tôi bao giờ cũng may mắn gặp một người chỉ cho tôi hướng đi đúng.

Một hôm, trời tuyết dầy, tôi đang lái xe trên đường về nhà, xe của tôi không thắng được nữa, tôi hết điều khiển được tay lái nên xe đâm vào rãnh. Trời đã tối. Tôi ngồi rét run. Tôi không biết phải làm gì. Nhưng có một máy cày dẹp tuyết đến. Người lái máy cày giúp tôi gọi hãng sửa xe, và cho tôi ngồi với anh ta cho đến khi xe cứu hộ đến.

Một lần khác, xe của tôi trượt vào vùng cỏ giữa hai đường cao tốc. Một cặp vợ chồng già dừng lại để giúp. Người chồng cố gắng đẩy xe của tôi ra, nhưng không được. Họ đưa tôi tới một trạm xăng gần đó để gọi trợ giúp.

A Handbook for Teachers of Vietnamese Refugee Students

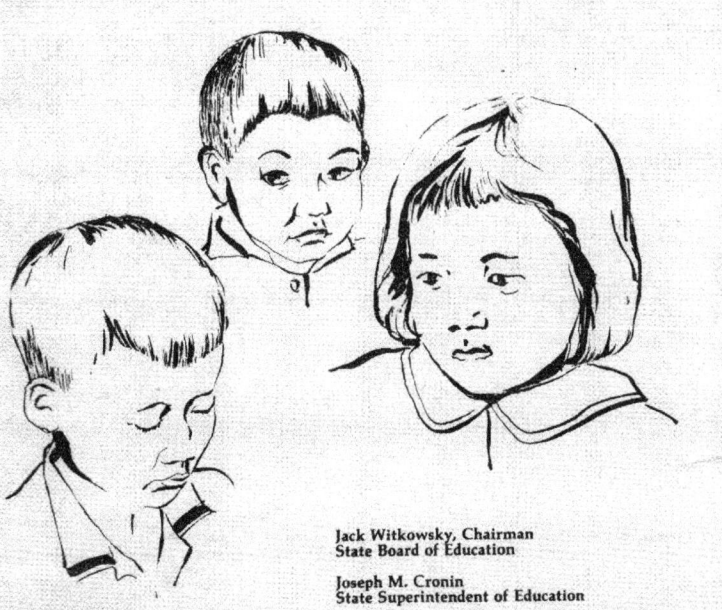

Jack Witkowsky, Chairman
State Board of Education

Joseph M. Cronin
State Superintendent of Education

November 1977

Foreword

This <u>Handbook for Teachers of Vietnamese Refugee Students</u> is written with the hope of bringing some practical and useful answers to ease the task of the American teachers. During the last two years, many have been confronted with the challenge of teaching non-English speaking Vietnamese refugee students. This task is difficult because it is completely one which has often caught teacher and student unprepared for the experience.

Dr. Tam Thi Dang Wei considered two points of view in the preparation of this handbook. First, as a native-born Vietnamese, she tries to describe briefly the world of a Vietnamese child in Vietnam. Only relevant information relating to cultural and social background is included to provide some understanding of this background. Secondly, from a psychologist's point of view, the author attempts to bring out various emotional, cultural, and educational conflicts a Vietnamese refugee student might face in a new school situation in the United States. Possible reasons for such conflicts are discussed with the hope of bringing insight into the problem.

The third part of this Handbook deals with practical suggestions contributing to the educational needs of Vietnamese refugee students.

The goal of this handbook is simply a sharing of experiences, concerns, and ideas with the hope of assisting the American teachers and school administrators in their involvement in the education of Vietnamese refugee students.

Joseph M. Cronin
State Superintendent of Education

Tóm tắt cách giảng dạy cho những trẻ em tị nạn VN (trẻ em VN với nhiều khác biệt về phong tục và văn hoá) dành cho giáo viên

Việc làm về hành chính (Administration)

Cuối cùng, một hoàn cảnh khác đến làm cho tôi thay đổi sự nghiệp của tôi lần nữa: Năm 1975, Việt Nam rơi vào tay Cộng sản. Nhiều người phải trốn khỏi đất nước. Với nhiều người tị nạn đến Mỹ từ các nước Đông Nam Á, tôi thấy sự cần thiết phải cung cấp nền tảng giáo dục cho những người tị nạn vì nhiều người không biết tiếng Anh. Tôi trở lại trường, đi học thêm để lấy bằng Hành chính. Khi đó tôi đã hơn 50 tuổi. Hôm đầu tiên vào lớp, giáo sư gọi tên của các sinh viên. Khi đến tên tôi, ông ấy nói: "Bà Wei." Tôi đoán ông ấy nghĩ tôi đã quá già nên không gọi tên đầu của tôi.

Tôi bắt đầu làm việc với tư cách là giám đốc chương trình song ngữ cho trường học ở Champaign, Urbana. Việc dạy học các học sinh ở lớp song ngữ là một việc đầy thử thách. Tôi dạy cho học sinh cả tiểu học và trung học. Ở đại học, tôi dạy trong ngành của mình, vì thế tôi biết chủ đề của mình, nhưng khi dạy cho học sinh lớp song ngữ, nhất là với những người tị nạn, có người chưa từng đi học bao giờ. Tôi cần phải sáng tạo và kiên nhẫn, nhiều lúc tôi phải dùng nhiều thời gian chuẩn bị cho các lớp đó hơn là khi tôi dạy ở đại học! Nhưng tôi thích dạy các lớp này vì tôi cảm thấy tôi có thể giúp cho các học sinh tị nạn một khởi đầu tốt đẹp trong việc giáo dục của họ và giúp họ bắt đầu một cuộc sống tốt. Tôi hài lòng vì nhiều học sinh và gia đình vẫn giữ liên lạc với tôi và mời tôi đi dự lễ tốt nghiệp hoặc lễ cưới.

Luận án

Việc viết luận án của tôi là một thử thách. Tôi chưa bao giờ có hơn một giờ nhàn rỗi. Khi đó con tôi còn nhỏ, tôi có một phòng ở tầng dưới nhà. Tôi đóng cửa lại và mỗi lần tôi có một ý kiến mới, tôi viết ra và dán lên một bức tường. Tôi dùng cả bốn bức tường để xếp đặt từng mục khác nhau trên mỗi tường. Đến ngày nghỉ lễ Phục Sinh, chồng tôi ở nhà với các con. Tôi đem tất cả những tài liệu đến thư viện rồi bắt đầu viết. Tôi làm xong luận án trong một tuần! Tôi không có nhiều thời gian hơn nữa vì anh Wei phải quay về làm việc. Trong lúc ấy, chúng tôi có mẹ chồng từ Đài Loan đến thăm chúng tôi.

Luận án của tôi dựa theo lý thuyết của giáo sư J. Piaget để xem xét làm sao một đứa bé có thể đi đến sự hiểu biết một kiến thức nào đó. Tôi so sánh kết quả của một nhóm trẻ nghèo với một nhóm trẻ em khác có hoàn cảnh khá hơn. Tôi tặng luận án của tôi cho gia đình và cho mẹ chồng tôi.

Làm việc với người tị nạn năm 1975

Năm 1975, nhiều người phải rời Việt Nam để tránh Cộng sản đã xâm chiếm đất nước và đến những trại tị nạn như trại Fort Chaffee, tôi tổ chức quyên thực phẩm và quần áo. Với sự giúp đỡ của bạn bè, gia đình và một công ty vận tải địa phương, chúng tôi đã cung cấp nhiều thứ cần thiết cho trại. Tôi rất cảm ơn biết bao nhiêu người đã giúp tôi.

Năm 1975, nhiều người tị nạn từ Việt Nam, Lào, Cao Miên đến Mỹ. Tôi tổ chức nhiều lớp huấn luyện, làm cố vấn cho các trường học và các tổ chức phục vụ xã hội, giúp họ trong việc dạy học và làm việc với người tị nạn. Tôi giúp họ hiểu rõ những vấn đề văn hoá của người tị nạn và những vấn đề họ gặp phải trong lúc làm việc với người tị nạn. Lúc đó, tôi là nhà tâm lý học Việt Nam gần như duy nhất ở Mỹ nên tôi đã đi khắp nước Mỹ để giúp các trường và các tổ chức phục vụ xã hội hiểu biết hơn về nhu cầu của người tị nạn. Tôi rất cảm động thấy sự sốt sắng giúp đỡ và săn sóc của những người chuyên môn đối với người tị nạn. Tôi rất cám ơn xứ sở này.

Với dòng người tị nạn đến Champaign, Urbana, tôi lập một nhóm gọi là "Uỷ ban điều khiển" gồm có tôi, một luật sư và một linh mục. Chúng tôi đi thăm các nhà thờ trong vùng và Hội đồng Giáo xứ. Các nhà thờ bắt đầu bảo trợ nhiều người tị nạn hơn. Với Ủy ban điều hợp, tôi và vài người bạn thành lập Trung tâm Tị nạn cho vùng Trung Đông Illinois, gọi tắt là ECIRMAC.

ECIRMAC (1980-)

Văn phòng của Tâm tại Trung tâm Giúp đỡ Người tị nạn miền Trung Illinois (ECIRMAC), Urbana, Illinois, 1991

Trung tâm tị nạn đầu tiên đóng ở OIC[29] trong một toà nhà cũ ở Champaign. Sau này chúng tôi chuyển đến một căn phòng nhỏ tại nhà thờ Unitarian Universalist Church, ở 305 S Birch Street, Urbana. Trung tâm Tị nạn vẫn còn tồn tại đến ngày nay sau hơn ba mươi năm.

29- (Opportunity Industrialization Center) Trung tâm Hướng dẫn Việc làm.

Trung tâm tuy nhỏ nhưng cung cấp nhiều dịch vụ. Chúng tôi nhấn mạnh việc người tị nạn phải học tiếng Anh ít nhất sáu tháng trước khi bắt đầu làm việc. Chúng tôi liên lạc với chương trình Giáo Dục Người Lớn để cung cấp các lớp học tiếng Anh. Chúng tôi tiếp xúc với các công ty địa phương, trường học, các dịch vụ xã hội, bệnh viện, cảnh sát, v.v... cố gắng giúp đỡ những người tị nạn tìm việc làm và giúp họ vượt qua những khó khăn trong cuộc sống thường ngày. Vì Trung tâm Tị nạn rất nhỏ nên chúng tôi biết hoàn cảnh từng người tị nạn rõ ràng. Điều này giúp chúng tôi đạt được hiệu quả trong việc giúp họ thích ứng với nền văn hoá và cuộc sống mới ở Mỹ.

Champaign - Urbana là một cộng đồng rất tốt với họ. Người tị nạn được chào đón niềm nở và hai thành phố này là một nơi rất tốt để nuôi dạy con cái.

Tâm với lớp học song ngữ tại Trường trung học Central, Champaign, Illinois

Qua nhiều năm, nhiều gia đình đã trở lại thành phố này sau khi đã dời đi nơi khác. Tôi rất hãnh diện rằng ECIRMAC đã giúp rất nhiều trong việc đó.

Tôi cũng bắt đầu một chương trình về sức khoẻ tinh thần. Khi mới đến, các người tị nạn chỉ lo về sự sống còn. Một khi họ đã ổn định hơn, những vấn đề sâu sắc hơn bắt đầu hiện ra: ký ức về Việt Nam, sự gian khổ trong cuộc trốn chạy ra khỏi nước; chiến tranh; bạn bè và gia đình họ phải bỏ lại sau lưng. Chúng tôi đã may mắn nhận được một món tiền từ Ủy ban về sức khỏe tinh thần tại Champaign (món tiền này vẫn còn được cho đến tận bây giờ).

Khi cháu tôi, Hà Hồ thay tôi làm giám đốc Trung tâm Tị nạn, tôi bắt đầu giúp tổ chức "Habitat for Humanity", một tổ chức giúp xây nhà cho người nghèo. Trong lúc giúp người tị nạn và gia đình họ, tôi mong sao tôi có thể xây dựng một mầm nhỏ cho nền Hoà Bình trên thế giới.

Họp phụ huynh học sinh

Lớp học cho các học sinh song ngữ

Làm việc vì hoà bình

Chồng tôi thường đi xa vì công việc, cố vấn cho các công ty, các chính phủ, cung cấp ý kiến chuyên môn cho họ về nghiên cứu đậu nành, v.v...

Tâm với lớp học song ngữ tại Trường Tiểu học Washington, Urbana, Illinois

Tôi nhớ năm 1975, anh Wei đang làm việc tại Nhật Bản. Tôi và Aline, con gái chúng tôi cùng một chị bạn thân, Chairmaine Young, đi Nhật Bản gặp anh Wei. Khi máy bay bay qua Việt Nam, tôi nhìn qua cửa sổ, lòng tôi thắt lại vì tôi biết Cộng sản đã chiếm cả đất nước tôi. Tôi tự hỏi không biết gia đình tôi bây giờ đang ở đâu, có an toàn không, còn sống hay chết?

Tôi cầu mong không một ai phải qua kinh nghiệm đau khổ này. Chiến tranh đã mang lại quá nhiều chết chóc và tàn phá cho đất nước tôi.

Tôi tự hứa phải làm hết sức cho hoà bình cho đất nước và cho nhân loại.

Vietnamese Refugee Students:

A Handbook for School Personnel

Dr. Tam Thi Dang Wei

EDAC • Lesley College
49 Washington Avenue
Cambridge, Massachusetts 02140

Sách khái luận về dạy học sinh tị nạn

*Chú bé giúp cha đánh cá. Việt Nam, tháng Ba 2006
(Ảnh: Michael Wei)*

XII. Những Cuộc Du Ngoạn Của Chúng Tôi

Sau 1955, Anh Wei và tôi đã đi thăm nhiều nơi, nhất là sau khi việc khảo cứu về đậu nành của anh được nhiều người biết đến. Tôi không nhớ hết chúng tôi đã đi những đâu. Nhưng bắt đầu từ năm 1980, chúng tôi bắt đầu viết thư vào dịp lễ Giáng Sinh tôi mới nhớ lại những hành trình chúng tôi đã làm từ năm ấy.

Nước Úc

Năm 1984, tôi đi thăm chị tôi và gia đình ở Úc[30]. Tôi rất mừng thấy chị tôi được an toàn sau khi trải qua bao biến cố ở Việt Nam.

30- Cháu gái tôi (Mỹ Chương) và chồng là công dân Úc, đã tài trợ chị Lý và cùng gia đình đến định cư ở Úc.

Tôi đến Úc lần thứ hai vào năm 2001, và mắc kẹt ở đó một tuần (vì cuộc tấn công thảm khốc 9/11 ở New York khi các chuyến bay quay về Mỹ bị huỷ bỏ).

Phong cảnh nước Úc và nước New Zealand thật là đẹp. Khi đến thăm hai nước này, tôi nhận thấy sự đối đãi với người bản xứ ở hai nước đó rất khác nhau: Ở Úc người bản xứ có vẻ như sống nghèo nàn trong các rừng thưa; trong khi ở New Zealand, người bản xứ được tôn trọng hơn, học sinh ở trường phải học về văn hoá và truyền thống của dân bản xứ, dân bản xứ có thể có thể là thành viên của Nghị viện.

Tôi rất thích nhìn những con gấu Kuala trông thật là hiền lành trên cây. Tình trạng của chúng thường như vậy là vì chúng bị say thuốc khi ăn lá cây khuynh diệp.

Ảnh chụp tại Úc Châu

Châu Âu

Chúng tôi đi Châu Âu nhiều lần. Sau đây là vài cuộc du lịch mà tôi còn nhớ:

Năm 1995, kỷ niệm 40 năm ngày cưới, chúng tôi quay lại Châu Âu. Chúng tôi ngồi trên thuyền ở Venice, nước Ý; chúng tôi leo núi ở Thuy Sĩ; chúng tôi đi chơi bằng tàu thuỷ trên sông Danube ở Áo; chúng tôi thăm lại trường cũ của tôi ở Geneve.

Năm 1997, chúng tôi sang Pháp dự đám cưới cháu gái Hương Giang. Thật là một lễ cưới đặc biệt, với cô dâu Việt Nam theo đạo Phật và chú rể người Do Thái. Đám cưới được tổ chức tại một lâu đài đẹp gần Paris. Có nhiều lâu đài ở Châu Âu có thể thuê cho những sự kiện đặc biệt như đám cưới. Gia đình chú rể đưa một bà mục sư Do Thái từ Boston (Mỹ) đến để làm lễ cưới. Đám cưới thật đẹp, kết nối hai giáo phái và hai nền văn hoá khác nhau.

Một lần khác, chúng tôi đến Paris cùng với Manuel và Aline. Chúng tôi vào một nhà hàng, hai con tôi muốn thử nói tiếng Pháp, gọi một món thịt gà, không ngờ họ lại đưa ra phó mát Camenbert, một thứ phó mát rất nặng mùi và khó ăn.

Có một lần khác, vào dịp lễ Phục Sinh, chúng tôi định cho cháu Sarah một chuyến đi qua Paris vì Sarah học giỏi tiếng Pháp. Rồi Katherine, chị của Sarah cũng muốn đi; rồi Aline, con gái của chúng tôi cũng ngỏ ý muốn đi nữa. Chúng tôi cho phép cả ba cùng đi. Tôi có nhiều bà con ở Paris nên các cháu được một cuộc đi du lịch rất thú vị, lại được gặp bà con ở Paris. Hai mươi năm sau, mỗi lần gặp nhau, ba cô cháu vẫn nhắc nhớ đến cuộc du lịch này.

Hiện giờ tôi có ba cháu gái sống ở Paris, một gia đình anh họ sống ở Thuy Sĩ, và hai cháu ở Đức.

Châu và tôi, dưới chân tháp Eiffel, Paris

Á CHÂU

Trung Quốc

Chúng tôi đến thăm Trung Quốc vào năm 1990 và năm 2005. Trung Quốc có rất nhiều phong cảnh rất đẹp: Vạn Lý Trường Thành, một bức tường xây hơn 2000 năm về trước; Xian, một bảo tàng quý báu với hơn 7000 pho tượng bằng đất lớn như người thật với vẻ mặt khác nhau.

Chúng tôi đến thăm Guilin, một thắng cảnh đã gây cảm hứng cho nhiều hoạ sĩ nổi tiếng. Chúng tôi đến Thượng Hải, một nơi nổi tiếng thế giới.

Cảnh sông Li và Đồi Con Voi, Guilin, Trung Quốc

Chúng tôi biết được rất nhiều điều mới:

- Chúng tôi biết được rằng hồng ngọc rất cứng, và theo tin tưởng của người Trung Hoa có thể giúp cho người chết ra đi một cách thanh thản khi để ngọc vào quan tài cùng người chết.

- Chúng tôi biết được rằng tất cả các loại trà - đỏ, xanh, hay đen, đều từ một cây trà, nhưng được chế biến bằng những phương pháp khác nhau.

- Chúng tôi biết được rằng ở Hồng Kông, những người lớn tuổi đem chim (trong lồng) đi chơi thay vì đi chơi với chó vì căn phòng của họ quá nhỏ để nuôi chó. Họ chỉ có thể nuôi hai con chim và bốn con cá thôi.

- Chúng tôi biết được rằng ở Trung Quốc có nhà thương có phương tiện điều trị cho những thanh niên nghiện chơi máy tính.

- Chúng tôi được biết sức mạnh kinh khủng của đập Three Gorges trên sông Dương Tử, to gấp bốn lần đập Hoover, và 1.3 triệu người đã phải di dời chỗ khác. Đứng trước đập này, tôi cũng phải khâm phục cho sức mạnh của con người đã có thể chinh phục thiên nhiên.

- Chúng tôi cũng biết rằng chính phủ Cộng sản đã bắt buộc dân chúng phải bỏ nhà cửa để xây đập này. Chúng tôi có đến thăm một gia đình đã di cư, nhưng gia đình này là một gia đình bằng lòng đổi chỗ ở nên trong nhà có đủ tiện nghi. Còn bao nhiêu người không muốn thay đổi nhà thì sẽ ra sao. Sự thực là gì? Thật là một câu hỏi không có trả lời!!!

Chúng tôi lên phương Bắc bằng tàu hoả từ Bắc Kinh đến biên giới Mãn Châu. Tôi thăm một nhà giữ trẻ (tất cả trẻ nhỏ được ở nhà trẻ trong khi cha mẹ đi làm). Là một nhà tâm lý học, tôi chú ý đến hành động của các trẻ em. Trong nhà trẻ chúng rất có kỷ luật, nhưng về nhà các em rất phá phách.

Vì Trung Quốc có đạo luật mỗi gia đình có một con, mà đa số các gia đình đều muốn có con trai nối dòng, nên các bé trai rất được nuông chiều. Các em này lớn lên không để ý đến ai, chúng chỉ nghĩ đến bản thân thôi. Tôi tự hỏi, không biết lớn lên các em này có thay đổi không; các trẻ này là tương lai của Trung Quốc!!!

Tâm tham quan Vạn Lý Trường Thành, Trung Quốc

Năm 2005, tôi sang Trung Quốc lần thứ hai thì khác hẳn lần trước: Trung Quốc đã thay đổi quá nhanh chóng. Hàng nghìn xe đạp nay đã thay thế bằng hàng nghìn xe hơi sang trọng. Những căn nhà khổng lồ mọc lên ở khắp nơi. Thượng Hải và Bắc Kinh bây giờ không khác gì Chicago hay New York.

Tôi còn nhớ một cửa hàng bán cơm mà chúng tôi ghé thăm lần trước: sự tiếp đãi rất hờ hững, vì người bồi bàn làm việc cho chính phủ. Lần thứ hai đến thăm Trung Quốc, chúng tôi được mời đến một tiệm ăn sang trọng. Lần này cách tiếp đãi rất chu đáo. Hai người bồi bàn phục vụ cho ba chúng tôi, treo áo dài cho chúng tôi và dọn ra những món ăn đặc biệt. Sự thay đổi này là vì bây giờ họ làm cho chính bản thân họ!

Nhật Bản

Chồng tôi làm cố vấn cho công ty thực phẩm Kibun ở Nhật Bản. Chúng tôi không biết nhiều về giao dịch tiền bạc nên không biết nên đòi giá là bao nhiêu với hãng Kibun. Chồng tôi nghĩ đến gia đình nên yêu cầu công ty cung cấp cho anh ba vé mỗi năm, từ Mỹ đến Đài Loan và Nhật Bản, trong 5 năm[31]. Ý định của chồng tôi là sẽ đưa tôi và một trong bốn đứa con về Đài Loan hằng năm thăm quê cha và bà con.

31- Ý định của anh ấy là đưa tôi và một trong số các con về Đài Loan hằng năm để về thăm quê cha ông với chi phí đã được trả, và cho các con có cơ hội để gặp gỡ họ hàng ở Đài Loan.

Tâm và Wei ở Vạn Lý Trường Thành - Đá tên "Đầu Bà Hoàng" ở bãi biển Đài Loan - Hai bố con ở Nhật - Vườn nai tại Nhật.

Mike và Bố Wei ở Nhật Bản

Tôi nhớ nhất là những khu vườn xinh đẹp ở Nhật Bản. Phong cảnh bên Nhật bao giờ cũng xếp đặt rất có thứ tự, cây cối được chọn rất kỹ để gây được một cảm giác hài hòa. Các chùa được xây bằng gỗ để phù hợp với thiên nhiên, không như ở Trung Quốc, các đền thờ thường được sơn màu đỏ tươi.

Công viên nuôi nai là một nơi khác đáng xem. Những con nai xinh xắn, rất bạo dạn đến sát bên tôi, ăn ngay trên tay tôi. Nếu có thức ăn trong túi sau lưng, nai sẽ đặt mũi vào túi để tìm thức ăn trong túi. Cảnh nai và hành khách quây quần bên nhau thật là thanh bình.

Một trong những bữa ăn ngon nhất tôi đã từng ăn là ở Nhật Bản. Nơi này ở trên núi, có một hồ nhân tạo nuôi những con cá to lớn. Khách có thể hoặc mua cá hay tự mình câu lên rồi pha muối vào nướng trên một bếp lửa ở ngoài trời. Đặc biệt thêm vào bữa cơm này là còn ăn với bắp ngô ngọt Illinois.

Phong cảnh Nhật Bản thật là đẹp. Gần hết mọi nhà đều có vườn. Một hồ nhỏ hay một suối nước sát tường, có thể trở thành một góc yên tĩnh để nghỉ ngơi.

Đài Loan

Năm 1969, chúng tôi đưa các con về Đài Loan lần đầu. Đài Loan là một nước nhỏ, nhỏ hơn Illinois - nhưng rất đẹp[32].

32- Anh Wei rất thích chụp ảnh nên bây giờ tôi có quá nhiều thùng đầy sách để ảnh của anh.

Cùng gia đình anh Wei ở Đài Loan

Bốn anh em Wei

Anh cả chồng tôi là một viên chức cao cấp ở Đài Loan. Anh là một trong số rất ít người Đài Loan được bầu làm chủ tịch Viện Dân biểu trong chính phủ Tưởng Giới Thạch. Vì vậy, chúng tôi thường được mời dự những buổi họp chính thức và được trọng đãi. Con trưởng chúng tôi, Mike được ông Thị trưởng thành phố Đài Bắc tặng chìa khoá của thành phố.

Có lần chúng tôi đi quanh đảo bằng xe buýt. Phong cảnh thật hùng vĩ nhưng đường đi thật đáng sợ. Đôi khi xe đi sát mỏm núi, tôi nhớ là tôi chỉ biết nhắm mắt và cầu nguyện!

Đài Loan có nhiều bãi biển rất đẹp - những tảng đá định hình từ núi lửa có hình dạng rất kỳ lạ; như hòn đá với tên "Nàng tiên đang ngủ" hoặc "Mẹ và con". Đài Loan cũng có nhiều suối nước nóng, du khách đến tắm nước suối sẽ khoẻ mạnh hơn.

Và đồ ăn! Đài Loan nổi tiếng về các loại thức ăn. Khách du lịch có thể tìm được bất kỳ một loại đồ ăn nào của Trung Quốc ở Đài Loan. Một tiệm ăn tôi thích nhất là tiệm ăn chay, tuy tiệm này đắt tiền hơn những tiệm ăn khác. Chúng tôi tìm thấy rất nhiều món canh với đủ các loại rau khác nhau ở tiệm này.

Chồng tôi bao giờ cũng đến thăm thầy giáo cũ mỗi khi anh về Đài Loan. Giáo viên ở Đài Loan rất được kính trọng và được chính phủ đối xử tốt. Ở một nơi gọi là khu nghỉ dưỡng "Hồ Mặt Trời", có một toà nhà đẹp dành riêng cho giáo viên đi nghỉ.

Chúng tôi may mắn có thể đưa các con về thăm quê cha và được có dịp tiếp xúc cùng bà con bên nội.

Đi cà kheo diễu hành trên phố - Đài Loan tháng 12-1990
(Ảnh: Aline)

Vợ chồng tôi và anh chị Lun-Chou Wei

Đài Bắc tháng 12-1990. (Ảnh: Aline)

Việt Nam

Mặc dù bị tàn phá rất nhiều vì chiến tranh lâu dài, nhưng Việt Nam vẫn là một đất nước rất đẹp.

Một lần vào năm 1980, chồng tôi được mời đến Việt Nam để giúp Đại học Cần Thơ về việc nghiên cứu đậu nành, tôi đi cùng với anh. Tôi để anh ở lại trường Đại học, rồi đi ra Bắc thăm gia đình. Hành trình này là lần đầu tiên tôi về quê hương sau gần bốn mươi năm xa cách.

Bao năm xa quê hương, xa gia đình, tôi quá cảm động khiến nước mắt chảy ròng ròng, khóc vì vui gặp bao bà con thân yêu, nhưng cũng khóc vì bao sự đau buồn đã xảy ra trong gia đình. Chúng tôi tổ chức một cuộc gặp mặt với bà con. Sau cuộc gặp gỡ này, tôi vui mừng nhất là nhận thấy, mặc dù đã trải qua nhiều bi kịch và gian khó, nhưng tình thân giữa bà con trong họ hàng vẫn rất bền chặt.

Ảnh chuyến thăm Việt Nam

Một lần khác, chồng tôi đến Ấn Độ để làm cố vấn trong hai tháng; anh ấy đưa cho tôi tất cả số tiền anh kiếm được cho tôi để giúp gia đình vì biết rằng gia đình tôi đã mất hết khi Cộng sản nắm quyền ở Việt Nam.

Gần đây, năm 2006, tôi đem ba con - Mike, Manuel, và Aline - về quê Việt Nam (Max không đi được vì bận công việc). Đó là lần đầu tiên các con tôi gặp bà con bên mẹ. Các con tôi được đi thăm nhiều nơi, chúng rất cảm động khi thấy tên Cố Ngoại của chúng, Đặng Văn Thụy - có tên khắc trên bia đá ở Văn Miếu tại Huế. Cố Đặng Văn Thụy đỗ đầu khoa thi năm 1904.

Manuel, Aline, và Mike ở Việt Nam, 2006
(Ảnh: Tâm Wei)

Năm 2012 tôi mang một nhóm con khác về Việt Nam. Lần này, tôi đem gia đình Aline cùng chồng, Jon và hai con, Jack và Danny, con trai chúng tôi, Max và cháu Christopher.

Tuần đầu các con được đi thăm nhiều nơi:

1. Hội An, một thành phố cổ kính với nhiều cửa hàng lụa. Các con được thăm chỗ nuôi tằm, cách làm thành lụa cho đến kết quả là những tấm lụa đủ màu sắc.

2. Huế, kinh đô cổ kính của Việt Nam, nơi tôi đã sống từ tuổi thơ đến thời thiếu niên. Tôi đưa các con đến thăm ngôi nhà ngày xưa tôi đã từng sống cùng thầy mẹ và các anh chị. Ngôi nhà nay chỉ còn lại một ít gạch trên góc tường. Tôi kể cho các con nhiều chuyện về cuộc đời của tôi ở Huế, nơi mà tôi đã theo học từ tiểu học đến trung học. Cuộc viếng thăm này thật là đầy ý nghĩa và cảm động. Một chuyện bất ngờ là tôi gặp lại một bạn học cũ từ tiểu học hơn sáu mươi năm qua!

Aline, Christopher, Tâm, Jon, Jack, Danny, và Max. Việt Nam 2012

Sau Huế, chúng tôi đi vịnh Hạ Long, một trong bảy kỳ quan của thế giới. Vịnh Hạ Long rất đẹp, có hàng trăm hang động, nhiều động chưa được khám phá.

Gia đình tụ họp tại Hà Nội

Cuối cùng, chúng tôi đến Hà Nội, nơi có nhiều bà con tôi sống. Tuần cuối cùng, chúng tôi muốn dành thời gian cho gia đình.

Đầu tiên, chúng tôi tổ chức một cuộc gặp mặt đại gia đình và bạn bè: hơn 60 người đến dự. Tôi gặp lại một số bạn cũ ở trường trung học và vài đồng nghiệp cũ ở trường tôi dạy. Chúng tôi chia sẻ cùng nhau bao nhiêu kỷ niệm - cả vui lẫn buồn.

Sau cùng, chúng tôi về Nho Lâm, quê làng của tôi, viếng thăm mộ của ông bà và cha mẹ. Trước chế độ Cộng sản, theo tập quán là bà con thường được chôn riêng theo luật phong thuỷ. Nhưng khi Cộng sản nắm quyền, họ ra lệnh cho các gia đình tập trung các mộ lại trong một diện tích nhỏ (với lý do là để dành đất cho trồng trọt nhưng có lẽ là họ muốn phá các tập quán và tín ngưỡng cũ[33]).

Gần bốn mươi năm đã qua kể từ 1975, cuộc sống ở Việt Nam được ổn định phần nào. Họ hàng Đặng Văn chúng tôi ở Việt Nam đã có thể xây một "Nhà thờ tổ tiên" ở Nho Lâm với sự đóng góp của gia đình Đặng Văn ở trong nước cũng như ở ngoại quốc. Tháng Giêng năm 2013, trên một trăm bà con họ Đặng Văn đã tụ tập ở đấy để cúng giỗ tổ tiên. Từ đó hằng năm, chúng tôi lại tổ chức một lần như vậy để con cháu không quên gốc tích của chúng.

33- *Theo tín ngưỡng cũ là đặt người đã chết ở một nơi chôn cất tốt sẽ mang lại may mắn cho thế hệ sau. Tôi tin là Cộng sản muốn phá bỏ quan niệm này, có lẽ để không nhấn mạnh mối quan hệ giữa quá khứ và tương lai và thay thế nó với tâm điểm là hiệu quả của hiện tại.*

Tôi hết sức vui mừng được viếng "Nhà thờ tổ" của chồng đầu tiên của tôi, BS. Nguyễn Tài Chất, ở Thanh Chương. Đây là lần đầu tiên tôi được nhìn lại kỷ niệm thuộc về chồng tôi từ năm 1946, gần 60 năm trước.

Các con tôi đã được thăm cả hai nơi: Đài Loan và Việt Nam là quê cha và quê mẹ của chúng. Những chuyến viếng thăm đó đã cho các con tôi hiểu biết hơn về cuội nguồn của chúng, và sức mạnh của tình thân mật giữa các bà con trong họ.

NHỮNG CHUYẾN ĐI CHƠI BẰNG TẦU THỦY

Tâm và Wei trong chuyến thăm Alaska

Có lẽ một chuyến dạo chơi bằng tàu thủy mà tôi nhớ nhất là chuyến trên sông Danube với Max, con tôi và gia đình Aline, con gái của chúng tôi. Cháu

Jack và Danny là hai đứa trẻ độc nhất trên tàu. Hai cháu đã được mọi người chiều chuộng, đặc biệt là các tiếp viên thường đem các món đặc biệt thết đãi chúng hàng ngày. Vì vậy khi hỏi hai cháu thích nhất phần nào trong chuyến đi này, cả hai đều trả lời: "Thức ăn!"

Kỷ Niệm Năm Mươi Năm Ngày Cưới

Năm 2005, các con chúng tôi tổ chức một lễ kỷ niệm bất ngờ cho ngày cưới 50 năm của chúng tôi! Nhiều bạn và họ hàng từ xa đến để góp vui với chúng tôi như anh Yamashita từ Nhật Bản đến, bà con từ Texas, California lên,... Chúng tôi thật cảm động.

Một món quà tặng dành cho lễ kỷ niệm này: bạn bè và bà con đóng góp tiền để làm một cái ghế dài vinh danh chúng tôi ở gần Nhà Nhật Bản[34], trong khu vườn của Đại học Illinois. Các con tôi đã chọn chỗ đặt cái ghế này ở một nơi rất đẹp, trước mặt một hồ nhỏ và bên cạnh đường đi vào Nhà Nhật Bản.

34- Ghi chú của người viết: Nhà Nhật Bản, đối diện dãy nhà Arboretum và Vet Med, phía nam đại lộ Kirby/Florida, nằm trên đường Lincoln, Urbana.

Tâm và Wei cùng ngồi trên chiếc ghế mà bạn bè tặng

Đến mùa xuân, hoa anh đào nở đầy, hương thơm ngát. Xin mời các bạn hãy dừng chân ngồi nghỉ ngơi trên ghế, ngắm cảnh đẹp của hoa anh đào và nghĩ đến tình bạn mật thiết và tình yêu của chúng tôi.

Gia đình và bạn bè tại lễ kỷ niệm 50 năm ngày cưới Tâm và Lun-Shin, Illinois 2005. (Ảnh: hiệu ảnh Storch)

Gia đình và bạn bè tại lễ kỷ niệm 50 năm ngày cưới Tâm và Lun-Shin, Illinois 2005. (Ảnh: hiệu ảnh Storch)

Lần cuối cùng tôi và anh Wei đi xem một vở kịch vào Ngày dành cho Tình Yêu (Valentine) tháng Hai năm 2007. Vở kịch này do July Frazier và Tim Turpin đóng vai chính với đầu đề "Những Bức Thư Tình". Thật là thích hợp[35] với hoàn cảnh của chúng tôi. Hai tháng sau, anh Wei bị bệnh và mất vào tháng Năm năm đó. Anh ra đi một cách thanh thản với gia đình quây quần bên anh. Các con và các cháu cũng ở gần cha và ông cho đến phút cuối cùng. Bây giờ tôi phải tiếp tục sống một mình, nhưng những ký niệm êm đẹp đã giúp cho tôi có đủ sức mạnh, và sự nâng đỡ của gia đình cho tôi đủ nghị lực.

Tôi cám ơn lòng hào hiệp của bạn bè và đồng nghiệp của chúng tôi đã đóng góp một học bổng kỷ niệm cho anh Lun-Shin Wei tại Đại học Illinois. Điều này sẽ giúp cho việc tiếp tục nghiên cứu về đậu nành và giúp các thế hệ sau thành công.

Hiện nay anh Wei nằm yên nghỉ ở nghĩa trang "Mount Hope" gần phòng làm việc của anh, ở giữa thành phố Urbana - một cộng đồng mà chúng tôi đã sống cùng nhau hơn nửa thế kỷ. Linh hồn của anh sẽ sống mãi với một chắt của anh đã mang tên anh. Cháu Benjamin sinh ra vào tháng Tư, một tháng trước khi anh Wei mất và có tên là Benjamin Lun-Shin Thomas.

35- Ghi chú của người viết: Thích hợp biết bao là vở kịch "Những Bức Thư Tình Yêu" của A.R. Gurney 1988 mà Tâm và Wei đã xem trong những ngày cuối cùng. Trong vở kịch ấy, hai người ngồi cùng nhau đọc những bức thư mà họ viết cho nhau trong 50 năm.

Nghỉ Hè Với Gia Đình

Tôi quý nhất nhiều kỳ nghỉ hè chung của gia đình. Chúng tôi thường thuê một căn nhà lớn để tất cả chúng tôi có thể cùng ở chung với nhau trong một tuần ở các bãi biển khác nhau - như Destin ở Florida, hoặc Outer Bank ở phía Bắc Carolina. Ban đầu chỉ có hai chúng tôi, anh Wei và tôi - bây giờ gia đình chúng tôi đã có tất cả là 29 người! Thật không có gì quý bằng những thời gian sống bên nhau, ngắm các cháu và chắt lớn lên, chơi đùa cùng nhau. Những cuộc xum họp như vậy thắt chặt tình thân của gia đình chúng tôi. Tôi cảm thấy may mắn còn đủ sức khoẻ để tham gia và tận hưởng thời gian cùng nhau này, thậm chí ở kỳ nghỉ mới đây năm 2013, 2014.

Tôi không thể quên những kỳ nghỉ hè chúng tôi đi chơi trong nước Mỹ với xe ô tô cũ kỹ của chúng tôi. Chúng tôi đã đi đến rất nhiều nơi, từ San Francisco đến New York. Chúng tôi còn lái xe đi quanh hồ Michigan rộng lớn. Chúng tôi thăm công viên Yosemite, với những cây thông đỏ rất cao và uy nghi; chúng tôi đi thăm Núi Đá; bờ biển Florida với cát trắng như đường. Nước Mỹ quả thật là một nước với biết bao thắng cảnh nhưng chỉ tiếc rằng nó quá rộng lớn nên khó mà có thể đến thăm tất cả mọi nơi.

Tôi vẫn phải tiếp tục sống. Tôi có quá nhiều kỷ niệm êm đẹp trong cuộc sống chung với anh Wei. Chúng tôi thích đi du lịch giúp cho đời sống của chúng tôi phong phú hơn và chúng tôi may mắn đã có thể chia sẻ những kinh nghiệm này với các con.

Yosemite State Park - Tháng Tám 1986

Cảnh nhìn từ gác xép của phòng lớn của ngôi nhà 2007 Morrow Court, Urbana, IL. (Ảnh: Aline Funari)

XIII. Chuyển Chỗ Ở

Con gái chúng tôi, Aline Thuý Anh Wei Funari, đã vẽ kiểu cho ngôi nhà yêu quý của chúng tôi ở 2007 Morrow Court, Urbana, Illinois. Chúng tôi đã đã sống trong ngôi nhà này hơn 13 năm, nhưng khi chồng tôi mất đi, căn nhà này đã trở nên quá rộng cho một mình tôi ở, tôi đành phải quyết định dọn đến một nơi khác. Thật là một quyết định rất khó cho tôi. Sau khi bàn bạc cùng các con, tôi quyết định sẽ ở lại trong thành phố Urbana này và dọn về nhà dưỡng lão Clark Lindsey.

Ngôi nhà 2007 Morrow Court, Urbana, Illinois

Vì sao tôi chọn Clark Lindsey?

Sau nhiều lần thảo luận cùng các con, tôi quyết định là tôi thích ở lại thành phố này. Champaign, Urbana: Chúng tôi đã cưới nhau ở đây; bốn con của chúng tôi đã sinh ra ở đây; chúng tôi đã đi học tại Đại học này và cùng dạy học ở đây trong nhiều năm. Tôi không thể thấy mình đi chỗ nào khác được.

Gia đình chúng tôi đi thăm một số nhà nghỉ dưỡng lão và Clark Lindsey thích hợp hơn cả vì những lý do sau:

1. Phong cảnh xung quanh nhà rất đẹp và có một công viên rất đẹp ở gần đó.

2. Nhân viên phục vụ rất niềm nở, tôi cảm thấy được tiếp đón rất ân cần dù khi gặp họ mới lần đầu.

3. Các sinh hoạt: họ cống hiến nhiều việc để làm, chú ý đến sự kích thích thân thể cũng như tinh thần.

4. Thành phố có nhiều cách để liên lạc với thành phố bên ngoài. Hơn nữa, tôi thích căn phòng của tôi ở, với cửa sổ nhìn ra một phong cảnh đẹp.

Sinh nhật Tâm 90 tuổi tại Clark Lindsey

Rời một toà nhà lớn đến một căn phòng nhỏ không phải là một chuyện dễ. Bao nhiêu quyết định, cái gì giữ, cái gì không cần,... Cũng may có các con về nhà giúp tôi quyết định.

Chúng tôi đã đem nhiều thùng sách đến thư viện; chúng tôi đã chở nhiều thùng đồ đạc đến các cơ quan từ thiện. Chúng tôi đã mang những đồ cổ đến bảo tàng Spurlook, Krannert. Nhưng việc khó khăn nhất đối với tôi là chia tay với các cây của tôi: cây hoa đại to hơn 15 năm, "cây xương rồng nở đêm (hoa quỳnh)". Chúng tôi đã có nhiều đêm thích thú ngồi ngắm hoa nở, v.v... Tôi chỉ mong rằng những người đến ở tiếp sau chúng tôi sẽ thích những cây này như tôi đã từng yêu thích chúng.

Đến hôm nay, tháng Ba năm 2015, tôi đã ở Clark Lindsey được khoảng bốn năm. Đời sống ở Clark Lindsey rất bận rộn, nếu tôi muốn tham gia vào tất cả các hoạt động ở nơi đây. Hơn nữa, khi sống ở đây sẽ cho phép tôi được tự do đi thăm các con, cháu, chắt bất cứ lúc nào.

Một số hoạt động của Clark Lindsey

Một số hoạt động của Clark Lindsey

Michael Wei đi cùng Tâm qua đường sau khi xem mặt trời lặn. Bãi biển Laniakea ở Hawaii, năm 2012. (Ảnh: Christopher Wei)

XIV. Hồi Tưởng

Công Việc Và Kết Quả

Bây giờ, hầu như đến phần kết thúc, tôi có thể nói rằng tôi cảm thấy bằng lòng với những gì tôi đã làm được trong đời tôi.

Tôi yêu nghề dạy học của tôi, và tôi tin tưởng rằng tôi đã làm được nhiều điều tốt cho những học trò của tôi. Tôi nghĩ đến một em bé bị bệnh thần kinh khi tôi dạy ở trường "Thí nghiệm mẫu giáo" tại Đại học Illinois, nay em đã lớn lên trở thành người chín chắn, có trách nhiệm. Tôi nhớ đến một em học sinh tị nạn trong lớp song ngữ, nay đã trở nên một bác sĩ giải phẫu óc,...

Tôi còn nhớ lớp dạy về Sức khoẻ Tinh thần trong mùa hè, các sinh viên luôn đến nhà tôi ngoài giờ học để tiếp tục thảo luận những vấn đề của họ.

Tôi rất vui mừng đã giúp đỡ người tị nạn mới đến

xứ này. Bây giờ nhiều người đã ổn định trong cộng đồng, và con cái của họ đã thành công trong cuộc sống. Tôi mong rằng sự huấn luyện của tôi cho những người tiếp xúc với người tị nạn có thể giúp họ hiểu biết thêm và có thể làm việc một cách đắc lực hơn khi giúp đỡ những người ở hoàn cảnh khác với họ.

Tôi có giúp việc cho hội "Habitat for Humanity", một Hội từ thiện xây nhà cho người nghèo. Giúp Hội này, tôi mong rằng tôi đã đóng góp một phần nào để xây dựng Hoà Bình trong tương lai.

Cuốn sách nhỏ của tôi "Chuyện Cổ Tích và Chuyện Bình Dân Việt Nam" là một di sản mà tôi để lại cho các con, cháu và các chắt của tôi. Đó là một phần nhỏ của Việt Nam, một phần nhỏ của quê hương mẹ, của tổ tiên của mẹ chúng.

Tôi rất vui mừng đã chọn ngành Tâm lý học. Học ngành này đã giúp tôi trưởng thành, và giúp tôi hiểu người khác hơn, biết tha thứ và quên đi.

Tôi may mắn có đời sống đúng khuôn phép, với tổ tiên, cha mẹ, con cháu, và bạn đời. Tôi cũng may mắn được thừa hưởng phúc lành từ hai gia đình Đặng Văn và Nguyễn Tài ở Việt Nam và từ gia đình được kính trọng của chồng tôi, Lun-Shin Wei, ở Đài Loan.

Cuốn sách nhỏ của tôi

Nhìn Lại Cuộc Đời Tôi

Tôi sinh ra trong một gia đình được ưu đãi không phải về tiền bạc, mà về sự kính trọng và danh vọng. Đặng Văn là một trong những gia đình được kính trọng và yêu mến nhất ở Việt Nam. Mặc dù chiến tranh, và sự thay đổi của chế độ và chính phủ, danh giá của gia đình chúng tôi vẫn tồn tại.

Tôi cũng rất may mắn có hai người chồng xuất thân từ những gia đình tốt: anh Chất từ Việt Nam và anh Wei từ Đài Loan.

Cuộc hôn nhân đầu của tôi với BS. Nguyễn Tài Chất là một tình yêu thơ mộng mặc dù chỉ tồn tại trong sáu tháng.

Anh Chất mất đi là biến cố đầu tiên mà tôi phải trải qua. Thật là nặng nề cho tôi, nhưng cũng làm cho tôi mạnh mẽ hơn, một khi tôi nhận thấy rằng tôi có thể vượt qua. Mười hai ngày trong tù đã là một kinh nghiệm mở mắt cho tôi trưởng thành rất nhanh, và mở mang đầu óc tôi để hiểu biết hơn về cá tính con người.

Những kinh nghiệm khi tôi sống ở ngoại quốc là một phúc lành. Những chuyến đi du lịch giúp tôi trở nên tháo vát và tự tin hơn. Và ngành Tâm lý học đã mở mang đầu óc và tâm hồn để tôi hiểu biết và cởi mở hơn.

Lần lập gia đình thứ hai của tôi, với TS. Lun-Shin Wei, là một cuộc hôn nhân đầy chia sẻ và kính trọng. Chúng tôi có một đời sống với nhau hơn 50 năm, và kết quả là bốn con, tám cháu và mười chắt.

Tôi rất mừng đã sống nhiều năm trong ngành

giáo dục. Tôi yêu nghề dạy học để chia sẻ kiến thức của tôi; tôi hy vọng tôi đã cống hiến một phần gì tốt đẹp cho các thế hệ về sau.

Tôi cảm thấy tôi rất may mắn; mặc dù tôi sinh ra ở Việt Nam, một nước bị tàn phá vì chiến tranh, tôi không phải trải qua những thảm hoạ và khó khăn mà gia đình tôi gặp phải. Lẽ cố nhiên tôi cũng gặp nhiều khó khăn trong đời sống - như sự sống của một sinh viên nghèo, hoặc là một quả phụ trẻ, hoặc là sự cố gắng nuôi con trong hai nền văn hoá khác nhau - nhưng tôi xem mỗi một trở ngại là một bài học phải học để tiến lên.

Tôi luôn luôn tin tưởng ở lòng tốt của con người. Có lẽ, tôi quá ngây thơ, nhưng tôi tin vào nền Hoà Bình nếu tất cả chúng ta đều cố gắng gây dựng nó. Mỗi một chúng ta làm theo khả năng của mình. Hy vọng rằng chúng ta có thể tạo ra Hoà Bình, ít nhất cho các thế hệ tương lai.

Sau hết, tôi muốn chia sẻ những ý kiến sau đây với các con:

. *Hãy lạc quan. Bao giờ cũng có một phần tốt trong những điều xấu.*

. *Hãy xem những chướng ngại vật như những bài học và bước tới.*

. *Chia sẻ với người khác, các con sẽ nhận lãnh nhiều hơn là những điều mình cho.*

. *Hãy vui thú và hãnh diện những điều mình có.*

. *Hãy biết ơn gia sản mà tổ tiên và cha mẹ đã để lại cho mình.*

. *Hãy khiêm tốn. Các con không bao giờ biết hết mọi chuyện.*

. *Hãy mở rộng tầm mắt và đừng cố chấp.*

. *Hãy sống có mục đích và gắng đạt được.*

Tâm với đứa chắt nhỏ nhất, Elizabeth Tam Nielson.
(Ảnh: Sarah Nielson)

XV. Chương Viết Thêm

Tôi hoàn thành bản thảo đầu tiên của tập sách này vào năm 2013, nhưng sau một năm trôi qua, tôi thấy cuốn sách này chưa hoàn hảo. Vì thế tôi thêm chương này để xem xét lại những gì đã xảy ra trong năm 2014.

Đầu tiên, việc bán ngôi nhà của chúng tôi ở 2007 Morrow Court tại Urbana, Illinois; thứ hai, việc ra đời của đứa chắt thứ mười của chúng tôi, Elizabeth Tâm Nielson.

Ngôi Nhà 2007 Morrow Court

Đây là một ngôi nhà rất đặc biệt của chúng tôi. Trước 1998, chúng tôi sống ở nhà 309 đường McHenry ở Urbana. Khi chồng tôi về hưu năm 1996, chúng tôi quyết định là chúng tôi cần một ngôi nhà một tầng, vì sự lên xuống khó khăn. Sau khi xem xét nhiều ngôi nhà trong thành phố, chúng tôi quyết định phải xây riêng. Con gái của chúng tôi, Aline, là kiến trúc sư, đã vẽ kiểu nhà cho chúng tôi.

Chúng tôi chọn khu Eagle Ridge ở phía đông của thành phố Urbana để có thể gần cháu gái, Hà Hồ, và chồng, BS. Đằng Hồ.

Hàng trăm cuộc điện thoại giữa Aline và chúng tôi để thảo luận mọi việc. Cuối cùng, việc xây dựng căn nhà của chúng tôi bắt đầu vào năm 1998. Đến năm 1999 chúng tôi dọn đến ở.

Đấy là ngôi nhà rất đẹp: đầy ánh sáng cho cây cối của tôi, và là nơi tụ họp gia đình và bạn bè. Aline đã vẽ một ngôi nhà như trong giấc mơ của chúng tôi.

Trần nhà rất cao làm cho căn nhà như rộng ra với nhiều cửa sổ làm cho nhà có nhiều ánh sáng. Nhà bếp rộng rãi với nhiều kho chứa đồ, bốn phòng ngủ ở tầng trên và một phòng ngủ ở tầng hầm. Tôi dùng một phòng làm phòng làm việc. Aline biết tôi thích cây cối, vì thế ở phía nam căn phòng lớn có cửa sổ bằng kính cao để tôi có thể nhìn thấy các cây của tôi nở hoa quanh năm. Tôi có một cây đại trên hai mươi năm, hoa nở suốt mùa hè.

Các cháu của tôi thích nhất là gác xép, một chỗ tôi để nhiều đồ chơi như một nhà búp bê, các con thú nhồi bông và giường ngủ. Bất cứ lúc nào các cháu đến nhà chúng tôi, các cháu leo ngay lên gác xép để chơi, hoặc ném máy bay bằng giấy xuống "Phòng Lớn".

Chúng tôi có nhiều cuộc tụ tập bạn bè và hàng xóm ở hành lang dài sau nhà để thưởng thức vườn đẹp, hoặc để ngắm hoa quỳnh nở vào ban đêm.

Các cảnh chụp bên trong và bên ngoài ngôi nhà 2007 Morrrow Court, Urbana, IL. (Ảnh: Aline)

Ở Việt Nam, sự thờ kính tổ tiên là một tín ngưỡng quan trọng nhất. Trong hầu hết các nhà bao giờ cũng có một nơi để dành cho tổ tiên, thường là nơi trang trọng nhất trong nhà[36]. Aline đã làm một kệ đặc biệt ở mặt lò sưởi cho chúng tôi. Tôi để tượng Phật trên đỉnh kệ, rồi ở phần thấp hơn tôi đặt ảnh của ông bà, cha mẹ, chồng tôi, các anh, chị những người đã mất.

Tôi trang hoàng thêm ít hoa, hai giá đỡ nến, và một bát nhang. Mỗi buổi sáng, tôi có một lúc yên lặng trước bàn thờ, đọc kinh Phật và khấn những người thân của tôi. Điều đó giúp tôi cảm thấy yên bình hơn trước khi bắt đầu một ngày. Tôi là một Phật tử theo truyền thống, vì gia đình tôi theo đạo Phật, nhưng tôi không dành thời gian như mẹ tôi: mỗi ngày thường niệm Phật rất lâu và ăn kiêng vào ngày đầu và giữa tháng. Tôi chỉ thích tin vào lời dạy của Phật, và tôi cố gắng sống theo lời dạy đó.

Tôi có quá nhiều kỷ niệm đẹp trong ngôi nhà mới này, nhưng gian nhà trở nên quá lớn đối với tôi khi sống một mình. Vì thế tôi chuyển đến Clark Lindsey và bán ngôi nhà. Nhà bán vào tháng chín năm 2014. Tôi chỉ hy vọng là chủ mới sẽ thích ngôi nhà này như chúng tôi.

36- *Bây giờ, trong căn phòng bé nhỏ của tôi ở Clark Lindsey, tôi có "góc" tổ tiên của tôi ở trên một kệ trong phòng ngủ thứ hai.*

ĐỨA CHẮT THỨ MƯỜI

Vào ngày mồng 9 tháng Ba năm 2014, Elizabeth Tâm Nielson được sinh ra từ cháu tôi: Sarah và chồng, Ryan. Sarah và Ryan đã đặt tên con gái theo tên tôi. Tôi rất cảm động.

Betty, là một đứa bé rất xinh và rất ngoan. Betty có một chị, Cora và một anh, Elija. Tôi rất mừng Sarah và Ryan đã từ giã Hawaii, trở về Virginia nên từ nay tôi có dịp đến thăm hai cháu và chơi cùng với Betty.

Ngày Lễ Tạ Ơn vừa qua, tất cả gia đình của chúng tôi, 29 người tụ tập ở nhà Mike và Deb ở Herndon, Virginia. Betty là "ngôi sao" hôm ấy. Betty được tất cả mọi người yêu thương, chiều chuộng.

Chồng tôi và tôi rất may mắn. Một tháng trước khi anh mất vào năm 2007, chắt của chúng tôi, Benjamin Lun-Shin Thomas, con của Nicole và Jarom đã được bố mẹ đặt tên của cố Wei.

Bây giờ với Ben cho anh Wei, và Betty cho tôi, chúng tôi có thể thảnh thơi ra đi. Hai chắt này mang tên của chúng tôi sẽ tiếp tục sống cho chúng tôi.

Max và Tâm với chắt Elizabeth Betty Tâm Nielson, tháng Chín 2014. (Ảnh: Sarah Nielson)

Lời Kết

Đến lúc kết thúc cho cuốn sách "Cuộc Đời Tôi": Tôi nay đã hơn chín mươi tuổi, tôi chỉ mong ước rằng những ngày còn lại tôi sẽ cố gắng làm những gì có thể giúp đỡ cho những người không được may mắn như tôi. May là chỗ tôi ở hiện nay có rất nhiều việc để làm.

Mỗi sáng, tôi dành một lúc trước bàn thờ nho nhỏ của tôi, khấn xin Trời Phật, Tổ Tiên, Ông Bà phù hộ cho đất nước và thế giới được luôn hưởng Hoà Bình.

Trang Ảnh Kỷ Niệm

Đám cưới của các con:
Manuel Wei & Sherry Schumann
Michael Wei & Debbie Bonser
Aline Wei & John Funari

Đám cưới của các cháu:
Sarah & Ryan Nielson
Katherine & Kevin Kruse
Nicole & Jarom Thomas

Tâm, Tư, Tĩnh, Châu, Wei
Đám cưới con gái anh chị Tạo - Dallas, Texas, tháng Sáu 2003

Ảnh ghép cho chuyến du lịch VN của các con.
(Aline ghép ảnh)

Gia đình chúng tôi
Tranh vẽ của Christopher 2016

Anh em gặp lại nhau

Dear, Great Grandma, Con thương bà cố ngoại. I love you. I miss you. love, Elijah

Hai thiệp của hai chắt, Cora (9 tuổi) và Elijah (6 tuổi) gửi cho Cố Tâm bằng tiếng Việt (Hai chắt tuy không biết tiếng Việt, nhưng cố gắng học để viết bằng tiếng Việt cho Cố vui)

PAUL FINDLEY
20TH DISTRICT, ILLINOIS

ADDRESS REPLY TO:
DISTRICT SERVICE OFFICE
205 FEDERAL BUILDING
SPRINGFIELD, ILLINOIS 62701
PHONE: 217-525-4062

Congress of the United States
House of Representatives

COMMITTEES:
FOREIGN AFFAIRS
AGRICULTURE

COUNTIES:
ADAMS McDONOUGH
BROWN MORGAN
CALHOUN PIKE
CASS SANGAMON
GREENE SCHUYLER
HANCOCK SCOTT
JERSEY

- A commendation from the Congress of the United States on Lun Shin work on Soy Bean.

STATEMENT BY U. S. REPRESENTATIVE PAUL FINDLEY DURING A NEWS CONFERENCE IN SPRINGFIELD, ILLINOIS, DECEMBER 30, 1971, ANNOUNCING A NEW DISCOVERY IN THE USE OF SOYBEANS FOR DIRECT HUMAN CONSUMPTION:

"The discovery announced here today by the administration and scientists of the University of Illinois College of Agriculture, is one of great importance in the history of agriculture. This bold appraisal is justified, I feel, because the discovery makes possible the production of protein for direct human consumption at a fraction of present costs.

"This opens brilliant possibilities in meeting the nutritional needs of low income people at home and worldwide.

"For years soybeans have been recognized as the miracle grain, a very low cost source of high quality protein. Up to now they have been used largely for animal feed because of a bitter taste difficult to remove.

"University of Illinois scientists have discovered a simple, low cost way to eliminate completely the bitter taste. Because of this discovery, soybeans in the future have the very real potential to become a regular item on the menu for people, as well as for poultry and livestock.

"This discovery, I believe, is a great milestone in the history of agriculture and is equal or at least comparable to the development of hybrid seed corn, the miracle varieties of wheat and rice, and pest control.

"The announcement is occurring in Springfield because of Illinois' pre-eminence as a farm state and especially as a soybean producing state, and because an Illinois educational institution is responsible for the discovery. It is occurring in this office in recognition of the Federal government's role. The inspiration for the idea to devise methods for the direct consumption of soybeans came while work was being done in India with money provided by the Foreign Aid Program.

"Here for this auspicious occasion is Mr. Gordon Ropp, Director of the Illinois Department of Agriculture, who is also representing Governor Ogilvie, and Dr. Orville Bentley, Dean of the University of Illinois College of Agriculture, together with two of the scientists most responsible for the discovery, Dr. L. S. Wei and Dr. Marvin P. Steinberg. Also present are leaders of farm organizations and associations prominent in the production and processing of soybeans. Another scientist, Professor A. I. Nelson, a part of this team, is now on an assignment from the University of Illinois to India.

Bằng khen của Quốc Hội
về công trình khảo cứu đậu nành của TS. Lun-Shin Wei

Mến gửi các bạn và các bà con thân mến,   Giáng Sinh năm 2007

Năm mới sắp đến, chúng tôi xin gửi đến các bạn và các bà con xa gần lời chúc thân mến cho một năm mới đầy may mắn và an vui.

Năm 2007 là một năm có nhiều thay đổi trong đời chúng tôi. Chắc các bạn và bà con đã biết anh Wei đã qua đời hôm 15 tháng 5 năm nay, sau khi đau ốm một thời gian ngắn.
Thơ này sẽ là một thơ để nhắc lại những kỷ niệm êm ấm của chúng tôi sau hơn 50 năm qua.

Bắt đầu từ đâu bây giờ??? Có lẽ tôi phải nói qua khi tôi mới gặp anh Wei.

Sau khi học xong ở Thụy Sỹ, tôi đã định về quê giạy học, nhưng rồi tò mò muốn biết nước Mỹ ra sao, tôi quyết định ghé qua Mỹ trước khi về. Là một học trò nghèo không đủ tiền mua vé tàu bay, tôi gọi hãng tàu "hàng hóa" xem có chuyến nào đi Mỹ không. May cho tôi, tàu sẽ đi từ Hoà Lan đến Mỹ mà vé chỉ là 100 mỹ kim. Tôi vui mừng nhận lời nhưng có biết đâu tôi là hành khách độc nhất trên tàu, lại thêm là có gái cũng độc nhất nữa. Mấy đêm đầu, tôi lo sợ để Vali chặn cửa phòng, nhưng sau đấy tôi thấy mọi người đối đãi với tôi rất tốt, tôi còn được anh đầu bếp về cho làm bánh mỳ pháp nữa.

Khi ở bên Âu Châu, tôi đã đi thăm nhiều nước, nhưng sao qua đến đất lạ này, tôi khá lo sợ. May có người bạn báo cho các bạn khác ở Mỹ nên khi tàu cập bến, tôi thấy có 3 anh chị người Việt đến đón, tôi mừng hết sức.
Tôi được một học bổng ở Chicago nhưng thấy thành phố này quá ồn ào, đông đúc nên tôi xuống tỉnh Champaign-Urbana. Có lẽ có sự Trời định đoạt., ngay ngày đầu đến tỉnh này, tôi gặp anh Wei và vì anh cần học tiếng Pháp để thi, tôi nhận giúp anh... Rồi từ đấy chúng tôi quen nhau , lập gia đình tại tỉnh này sau một đám cưới rất giản dị ở nhà từ của thầy giáo anh Wei. Nói đến tuần trăng mật, là học trò nghèo nên chúng tôi chỉ có thể đi dự buổi họp của Wei ở trường Purdue, Indiana. Anh Wei là người đàn ông độc nhất không đi họp mà chỉ đi theo những hành trình của các bà để có thể gần vợ mới.

Đến đại học Illinois này, vì tính hiếu học, tôi đi học lại. Tôi phải học khá lâu mới xong được bằng Tiến Sỹ vì có 4 con ra đời. Trong lúc ấy, anh Wei cũng học xong và đi giạy ở Đại Học này.
Tuy nghèo nhưng chúng tôi rất vui sống với nhau. Cái xe hơi củ kỹ đem chúng tôi đi thăm nhiều nơi trên đất Mỹ , có lần chúng tôi đã đi vòng quanh biển hồ Michigan.
Công việc anh Wei là khảo cứu về Đậu Nành nên anh được mời đi nhiều nơi ở ngoại quốc và cũng là những dịp anh đem gia đình đi theo.
Có năm, chúng tôi đưa các con về Đài Loan và Vietnam thăm bố và mẹ.. Chúng tôi rất mừng đã có thể cho các con những kinh nghiệm này. Qua những hành trình ấy, các con được biết quê cha đất tổ của hai bên nội ngoại, được sống những ngày vui trong tinh thần của đại gia đình và được hiểu rõ thêm nguồn gốc của mình.

Tâm sự cùng bà con và bạn bè nhân dịp Giáng Sinh 2007
(năm anh Wei mất)

Anh Wei và tôi đã đi nhiều nơi nhưng có lẽ chuyến đi thăm nước Tàu, đi Alaska và đi xem Niagara Fall là những nơi đã để lại những kỷ niệm êm ấm nhất vì không có gì quý hơn là cảnh đẹp của thiên nhiên...

Chúng tôi nhớ mãi những ngày hè ra biển cùng các con, các cháu và nay các chắt. Năm nào, chúng tôi cũng gắng thu xếp cho cả gia đình có 1 tuần lễ với nhau để cho tình thân trong gia đình thêm bền chặt.

Tháng 2 năm nay, vào ngày Valentine day, anh Wei và tôi đã cùng đi xem cuốn kịch "Love latter". Đây là kỷ niệm cuối cùng của chúng tôi, sau đấy anh bắt đầu bị ốm...

Trên đây là một vài kỷ niệm êm ấm của gia đình chung tôi, những kỷ niệm mà tôi sẽ giữ kín trong lòng mãi mãi.

Từ tháng 5 năm nay, đời tôi đã thay đổi hẳn, từ nay tôi phải đi một mình nhưng những kỷ niệm ấy đã giúp sức thêm cho tôi, tình thương của gia đình và các bạn đã cho tôi thêm hy vọng để nói tiếp...

Tháng vừa qua, tôi đi Hawai cùng Mike và Debbie rồi đi California thăm hai bạn Dinh và Rina cùng các bà con. Những ngày sống xa nhà, giữa tình thương của gia đình, tình mến của bạn bè, đã giúp tôi lấy lại thang bằng cho đời và cảm thấy dư sức sống.

Anh Wei đã làm được nhiều công việc có ích cho nhân loại. Việc khảo cứu về đậu nành của anh đã đem lại chất ăn bổ cho nhiều dân tộc nghèo. Tôi rất mừng thấy anh đã toại nguyện làm hết sức mình. Anh đi để lại bao tình thương mến cho mọi người. Nay anh đã yên nghỉ trong một nghĩa địa gần Đại học, gần phòng làm việc cũ của anh giữa tỉnh Urbana, nơi mà chúng tôi đã định cư trong hơn 50 năm nay.

Tinh thần của anh sẽ sống lại trong các con, các cháu, nhất là trong cháu chắt, Benjamen Lun Shin, sinh một tháng trước khi có mất và lấy tên của có.

Tôi xin thành thật cảm ơn các bà con thân mến, các bạn bè, các bạn đồng nghiệp cùng các bác sỹ đã hết lòng săn sóc, nâng đỡ chúng tôi trong lúc này.

Tôi cũng xin cảm ơn tất cả đã có lòng đóng góp vào quỹ học bổng kỷ niệm cho anh Wei. Những sinh viên nào được học bổng này sẽ tiếp tục công việc về đậu nành cho Wei sau này.

Lễ Phục Sinh này, gần cả đại gia đình chúng tôi (21 trên 24) đã tụ họp tại nhà ở Urbana. Anh Wei sẽ rất vui thấy dù các con, các cháu, các chắt về đầy nhà. 3 đứa bé bò quanh nhà, 6 cháu trai chạy nhảy, tiếng cười, tiếng đùa, cả tiếng khóc của các em bé thật là dồn dập làm tôi vui vì cảm thấy tinh thần, tình yêu trong gia đình mà anh Wei cùng tôi đã xây đắp nên hơn 50 năm về trước.

Xin thành thật cảm ơn tất cả. Mong sao năm 2008 sẽ là một năm đầy Sức Khỏe, đầy Hạnh Phúc cho các bạn và các bà con thân mến.

Cái ghế mà các bạn và bà con đã đóng góp cho 2 năm về trước vẫn còn đẩy, dưới bóng mát của cây cổ thụ và đang chờ đợi các bạn đến ngồi nghỉ ngồi để nhớ lại tình bạn, tình thương mến của chúng tôi. Thân Mến,

Lam Dang Wei

Tâm sự cùng bà con và bạn bè nhân dịp Giáng Sinh 2007
(năm anh Wei mất)

Chùa Một Cột, Hà Nội

*Bàn thờ Ông Bà, Cha Mẹ và người thân
trong căn phòng nhỏ hiện nay của tôi*

Michael May-Quang Wei　魏美煛
MAX Tao-Du Wei　魏早譽
Manuel Tao-Tuan Wei　魏早鋑
Aline Thuy-Anh Wei　魏翠英

Nicole Lang-ying Wei　魏蘭英
Katherine Quay-Mai Wei　魏惠美
Sarah ya-cheng Wei　魏雅貞
Christopher chi-yuan wei　魏翹淵

Aimee Elizabeth ya-Mei Wei　魏雅美
Ryan mathew Chi-long Wei　魏翹隆

John Henry chien-yu Funari　謙永谷
Daniel chien-san Funari　謙善

Anh Lun-Shin Wei đặt tên cho các con và các cháu

To Mike, Max, Manuel and Aline:

Every father wants to pass his life on to his children, particularly the son, and that is different from imposing his life on them.

That quality of immortality the father seeks in his children is not motivated by an unfulfilled life as much as the desire that who you are as a man be understood and continued into the next generation. The children redeem the father not by imitation, but by assimilating into their own life the good that was within the father, whether it was realized in the father or not.

Oct. 10, 1980.

Thơ Bố Wei gởi cho các con

Năm tôi 70 tuổi, ngày đám cưới Aline

Năm tôi 90 tuổi, Nhà dưỡng lão Clark Lindsey

Gia đình tụ họp ở Herndon, Virginia (Lễ Tạ Ơn 2014)
Bốn con, tám cháu, mười chắt và sáu dâu-rể